பெரும்வெற்றுக் காலம்

பெரும்வெற்றுக் காலம்

செல்வேந்திரன்

Title: Perumvetruk Kaalam
Author's Name: Selventhiran
Copyright © Selventhiran
Published by Ezutthu Prachuram

Ezutthu Prachuram
(An imprint of Zero Degree Publishing)
No. 55(7), R Block, 6th Avenue,
Anna Nagar,
Chennai - 600 040

Website: www.zerodegreepublishing.com
E Mail id: zerodegreepublishing@gmail.com
Phone : 89250 61999

Ezutthu Prachuram First Edition: November 2022
ISBN: 978-93-95511-13-1
TITLE NO EP: 378

Cover Art & Design: Santhosh Narayanan
Layout: Vijayan, Creative Studio

இனிய நண்பர், திரைப்படத் தயாரிப்பாளர்
ஆர். மகேந்திரன் அவர்களுக்கும்,
அருமைத் தம்பி டிஸ்னி சக்திவேலுக்கும் அன்புடன்

பொருளடக்கம்

முன்னுரை

2020-ஆம் ஆண்டின் மார்ச் இறுதி வாரத்தில் அரசு முதல் நாடடங்கை அறிவித்தது. ஆனால், அதற்கும் ஒரு வாரத்திற்கு முன்னே தன்னைக்கொண்டு பயந்து நான் வீடடங்கைத் தொடங்கிவிட்டேன். சீனாவில் மனிதர்கள் சாலையில் செத்து விழுந்துகொண்டிருக்கிறார்கள் என்று போகன் சங்கர் எழுதிய குறிப்பு ஒன்றை வாசித்திருந்ததே காரணம். பயமுறுத்துவதில் அவர் வல்லவர். சமணத் துறவியானேன்.

ஆனால், இந்தப் பத்தியம் எல்லாம் சில மாதங்களுக்குத்தான். சென்னை என் பிழைப்பிடமாக ஆனபிறகு வாழ்க்கை அடியோடு மாறியது. மாற்றியவர்கள் தம்பி டிஸ்னியும், நண்பர் ஆர். மகேந்திரனும். எழுத்தும் பேச்சும் என் தொழில்கள் ஆகின. அச்சம் துறந்து வாரம் இருமுறை விமானங்களில் பறக்கலானேன். தி ஹிண்டு வேலையைத் துறந்தேன். நான்கைந்து மழைப் பயணங்களை மேற்கொண்டேன். மாநாடுகள் நடத்தினேன். சினிமாக்களுக்கு எழுதினேன். தொலைக்காட்சி நிகழ்ச்சிகளில் பணியாற்றினேன். விளம்பரங்கள் எடுத்தேன். திருக்குறளரசியின் அர்த்தமண்டபத்தின் சேவைகளைச் சென்னையில் தொடங்கினேன். செய்வதற்கு ஒன்றுமில்லை என்ற கணமே இல்லையென்றானது.

நானும் நீங்களும் கடந்து வந்த இரண்டரை ஆண்டுகளின் பதிவுகளே இந்தப் புத்தகம். ஒரு பெருந்தொற்றுப் பேரிடரை சமூகம் எப்படி எதிர்கொண்டதென்பதை ஒரு சாமான்யனின் நினைவுக் குறிப்புகளின் வாயிலாக எதிர்காலத்திற்குச் சொல்லும் ஆவணம் இது. சில நூறாண்டுகள் கழிந்து இந்தப் புத்தகத்தைப் புரட்டி விழி விரியப்போகும் தங்கைகளுக்குத்தான் இந்நூல் அதிகமும் பொருள்படும். தம்பிகள் எங்கே வாசிக்கப் போகிறான்கள்?

21 கட்டுரைகளடங்கிய இந்நூலுக்கு நீங்கள் ஒதுக்கிய பணமும் நேரமும் பணிநீக்கம் எனும் கட்டுரைக்கே பைசா வசூல். நிச்சயமற்ற நாட்களில் பல லட்சம் பேருக்கு ஆறுதல் அளித்த கட்டுரை. இரண்டாண்டுகளுக்குப் பின்னரும் நன்றி தெரிவித்து கடிதங்கள் வருகின்றன. அவை என் அப்பாவிற்குச் சேரவேண்டியவை.

மெய்ப்பு நோக்கி, தலைப்பும் பின்னட்டை வாசகமும் ஈந்த அண்ணன் ரமேஷ் வைத்யாவுக்கும், அட்டைப்படம் நல்கிய சந்தோஷ் நாராயணனுக்கும், கிண்டில் நூலாக வெளியிட உதவிய அழிசி ஸ்ரீனிவாச கோபாலனுக்கும், அச்சுப் புத்தகமாக வெளியிடும் ஸீரோ டிகிரி பப்ளிஷிங் ராம்ஜீக்கும் காயத்ரிக்கும் என் மனப்பூர்வமான நன்றிகள்.

உலகமே உயிரச்சத்தில் கிடந்த ஒரு சூழலில், லௌகீகப் பதட்டங்களின்றி என் கனவுகளை நோக்கிச் செல்வதற்கான பாதையை அமைத்துக்கொடுத்த இனிய நண்பர், திரைப்படத் தயாரிப்பாளர் ஆர். மகேந்திரன் அவர்களுக்கும், அருமைத் தம்பி டிஸ்னி சக்திவேலுக்கும் இந்தப் புத்தகத்தைச் சமர்ப்பிக்கிறேன்.

– செல்வேந்திரன்

k.selventhiran@gmail.com

பெரும்வெற்றுக் காலம் பற்றி

எழுத்தாளர் ரமேஷ் வைத்யா

காட்டுக்குதிரைக் கன்றின் துள்ளல்; பற்றவைத்த பட்டாசுப் பாய்ச்சல்; எதிர்ப்படும் எதையும் எத்தும் எள்ளல்; அனைத்தின் ருசியையும் அறியும் மேய்ச்சல்; துக்கத்துக்குச் சிரிப்பின் துணியை மாட்டல்; கோபம் என்றாலும் குறைவாய் கூறல்; பரந்ததைச் சிற்சில பதங்களில் காட்டல்; உள்ள இலக்கணத்தை உணர்வுக்காக மீறல்...

இப்படி ஒரு நடை எப்படி இருக்கும்? இந்த நூலின் நடை அதை விளக்கும்.

தனிமை, வெறுமை, தைரியமின்மை, பொறுமை இல்லாப் போக்கிரித் தன்மை – எல்லாம் எதிர்மறை. செல்வேந்திரன் எழுத்தினால் அவை அத்தனையும் அறிமுறை.

தனது கதை போல் செல்வேந்திரன் சொல்வது உங்கள் கதைதான். படியுங்கள், ஆமென்பீர். நகைச்சுவையாளன் போல் ஒரு தோற்றம். உள்ளே கிடப்பது அணையா நெருப்பு. ரசித்து ரசித்துப் படித்துவந்தாலும் முடித்துவைக்கையில் மூளைக்கு வேலை. பொழுதுபோக்குக்கு நான் உத்தரவாதம். இந்தப் புத்தகம் இரண்டாம் முறை படிக்கவும் பத்திரம் ஆகும்.

– ரமேஷ் வைத்யா

எழுதுவதைப் பயில்தல்

இனிய ஜெ,

ஊருக்கே தெரியும் நான் பயந்தவனென்பது. ஊரார் ஓர்ந்து அறிவிக்கும் முன்னரே என் ஊர்தலைக் குறைத்துக்கொண்டு வீட்டடங்கிக் கிடந்தேன். ஆரம்ப கட்ட உற்சாகத்தில் ஓரிரு நூல்களை எழுதி, கிண்டிலில் வெளியிட்டேன். சில கட்டுரைகள் எழுதினேன். படங்கள் பார்த்து, புத்தகங்கள் படித்து, கவிதைகள் மேய்ந்து, வெபினார்களில் உரையாற்றி 'ஆத்தா நான் ரைட்டராயிட்டேன்...'

தொடக்கத்தில் வேகமெடுத்தவன் எளிதில் களைப்படைவான் என டூன்ஸ் மணற்குன்று ஓட்டப்பந்தயத்தில் கவிழ்ந்தடித்து விழுந்த செந்தில் கவுண்டர் சம்பவத்தின் மறைஞானமாக உணர்ந்திருந்தாலும், அதை மறந்து தினமும் இரண்டு மணி நேரம் ஷட்டில் வேறு விளையாண்டு உடல் இளைத்தேன் என்றால் உங்களைப் போன்ற விஷநாயர்கள் அதை நம்பத் தலைப்பட மாட்டீர்கள். தெரியும். போட்டு. இப்போ மூட்டு வலி. இதமாக இருக்கிறதென்று நவரத்ன தைலத்தைத் தேய்த்துக்கொண்டிருக்கிறேன்.

இளவெயினி பிறப்பதற்கு முன்பு அறிவித்த நாவலை மீண்டும் ஆரம்பித்து 200 பக்கங்களை நெருங்கும்போது தோன்றியது.

வாசிக்க படுசுவாரஸ்யமாக இருக்கிறது. கதையோட்டம் பாய்கிறது. கதைப் பின்னல் இல்லை. அகச் சித்திரிப்பிற்கு மொழி போதவில்லை. அத்தியாயங்களில் யாருடைய கண்ணோட்டத்தில் கதை சொல்லப்பட வேண்டுமென்பதில் குழப்பங்கள். தரிசனமெல்லாம் லௌகீகத்தின் எல்லைக்குள்ளே. வியாபாரிக்குப் பல பாதைகள் தெரியும். அந்தப் பாதைகள் எதுவும் அவனை எங்கும் கொண்டு சேர்க்காது என்பது புரிந்தது.

இலக்கியத்தின் அடிப்படைகளை, வகைமைகளை, கதைத் தொழில்நுட்பத்தை மீண்டும் ஐயந்திரிபற ஒரு மாணவனைப் போல, தலைகீழாக நின்று பாடம் பயிலாமல் மேற்கொண்டு எழுதலாகாது என முடிவெடுத்தேன். 'இலக்கியம் அடிப்படையில் ஓர் அபாயகரமான பணி' என்கிறார் பொலான்யோ. எழுதுகிறவன் என்னவெல்லாம் கற்றுத் தேற வேண்டியிருக்கிறது... மேதைகளின் ஆக்கங்கள், தத்துவப் பரிச்சயம், மானுடவியல், பண்பாட்டு அசைவுகள், பிற துறை அறிவு, ஞான மரபு, மரபிலக்கியங்கள், கருத்தியல்கள், கோட்பாடுகள், இயற்கை அறிதல், தொன்மங்களில் ஈடுபாடு, இலக்கணம், பிற கலை வடிவங்களில் ரசனை, முரணியக்கக் கருவிகளைப் பயன்படுத்தத் தெரிந்திருத்தல், கவிதை, தியானம், நவீன வரலாற்றுவாதம், உடல் ஆரோக்கியம், உள ஆரோக்கியம்... சேர்க்கச் சேர்க்கப் பெருகும் பட்டியல்.

மொண்ணைத்தனங்கள், தற்காலிகப் புகழ், கட்டற்ற தகவல்தொடர்புகள், அமைப்புச் செயல்பாடுகள், லௌகீக நப்பாசைகள் ஆகியவற்றிலிருந்து முற்றாக விலகி எனக்கு 'அறிதல்' போதும். வேறு மயிரெழவுகள் வேண்டாமெனும் துணிவு இருந்தால்தான் நான்காவது பாராவில் இருப்பவை சாத்தியம் எனத் தோன்றுகிறது. அமர்ந்தாலே கதை பெருகும் உங்கள் விரல்களுக்குப் பின்னால், இவை ஒன்றுக்குப் பின் ஒன்றாக முண்டியடித்துக்கொண்டு நிற்பதால் புனைவுக் களியாட்டு 60 கதைகளைத் தாண்டியும் ஊஞ்சல் ஆடிக்கொண்டே இருக்கிறது. இந்தக் கதைகள், வெண்முரசு அத்தியாயங்கள் தாண்டி நிச்சயம் கடிதங்களுக்குப் பதில்கள், சினிமா வேலைகள், மதிப்புரைகள்

என நீங்கள் மேலும் எழுதிக்கொண்டிருப்பீர்கள். வெண்முரசு பற்றி யாராவது வியந்தால் நீங்கள் பல்ஸாக்யாவின் - பால்சாக்கை ஃப்ரெஞ்சில் அப்படித்தான் சொல்லவேண்டுமாம் - தி ஹ்யூமன் காமெடியைச் சொல்வதைக் கண்டிருக்கிறேன். அவர் பகலில் ஒரு மணிக்குத் தொடங்கி மறுநாள் காலை ஐந்து மணிவரை எழுதுபவர். கட்டங்காபியை அண்டா அண்டாவாகக் குடிப்பவர். இரு மிருகங்கள் மூர்க்கமாய் மோதிக்கொண்ட நிலம் போல இருக்குமாம் அவரது சாப்பாட்டு மேஜை. ஏழாள் உணவைத் தின்றுவிட்டு பத்தாள் வேலையைச் செய்துவிட்டுப் போயிருக்கிறார். உலகெங்கிலும் அசலான எழுத்தாளர்கள் இப்படித்தான் எழுதித்தள்ளியிருக்கிறார்கள். மாங்காய்ப் பால் உண்டு மலைமேல் ஏறுவது சரிப்படாதென நினைப்பவர்கள் தேங்காய்ப் பால் உண்டு தெருவழியே நிற்கும் இடம் ஃபேஸ்புக். ரப்பர் மட்டுமே வெளிவந்திருந்த சூழலில் நீங்கள் கொடுத்திருந்த பேட்டியை ஏற்கெனவே பலமுறை வாசித்திருந்தாலும் நேற்றிரவும் வாசித்திருந்தேன். ஃபீட்பேக் என்பது எழுத்தாளனை அவனறியாமல் மாற்றிவிடக் கூடியது என்று அன்றே சொல்லியிருக்கிறீர்கள். எத்தனை நிஜம். நான் மிஷ்கினைப் பற்றி ஒரு கட்டுரை எழுதினேன். மூவாயிரம் பேர் வாசித்திருக்கிறார்கள். நான்காயிரம் கருத்துகள் வந்துள்ளன. மறுநாளே ஹௌலியஸ் கொர்த்தஸாரின் ஒரு சிறுகதை பற்றி எழுதினேன். பதினாறு லைக்குகள். அதில் ஆறு ஃபேக் ஐடிகள் என்னுடையவை. 'நெஞ்சு கிழிஞ்சுருச்சே எங்க முறையிடலாம்...'

மீண்டும் விஷயத்துக்கு வருகிறேன். மீண்டும் நவீனத் தமிழிலக்கிய அறிமுகம், நாவல் கோட்பாடு, எழுதும் கலை, இலக்கிய முன்னோடிகள் போன்ற நூல்களை வாசித்தேன். உரைகள் பொழுதன்னிக்கும் காதில் கருஞ்சரடு மாட்டிக் கேட்பது. முடிந்த மட்டும் இலக்கியத்திற்குள்ளேயே இருப்பதற்கு யூடியூப் உரைகள் ஒரு வரப்பிரசாதம். ஆன்லைனில் மேலைத் தத்துவம், புனைவிலக்கியம் பயிலும் வகுப்புகளில் சேர்ந்தேன். அதில் ஒன்று மாஸ்டர் க்ளாஸில் பணம் கட்டி பயின்ற டான் ப்ரவுனின் புனைவிலக்கிய வகுப்பு. கதை என்பது செய்யப்படக் கூடியதும், நேர்த்தியாகச் சொல்லப்பட வேண்டியதும் என்பதில் டான்

உறுதியாக இருக்கிறார். கிராஃப்ட் கைகொடுக்காமல் என்ன எழுதியும் பிரயோசனம் இல்லை என்பதை உதாரணங்களுடன் வாதிடுகிறார். புதியவர்களின் ஆக்கங்களில் பெரும்பான்மை நம்மை வதைமுகாமுக்குள் இட்டுச் செல்வதன் காரணங்களுள் ஒன்று தொழில்நுட்பத்தில் பிசிறடிப்பது. ஒரு பாராவிற்குள்ளே மூன்று பார்வைக் கோணங்களெல்லாம் வைத்து நியூ கைண்ட் ஆஃப் சித்திரவதை செய்கிறார்கள்.

மீண்டும் உங்களது அந்நாளைய பேட்டிக்கு வருகிறேன். நிர்வாகத்தில் *FTR* என்று சொல்வார்கள் *First Time Right*. எதையும் முதல் முறை செய்யும்போதே சரியாகச் செய்துவிடுவது. ஒரேயொரு வாசகன் படைப்பின் ஆழத்தை நெருங்கி வராவிட்டால்கூடக் கவலையயற்று இருப்பது, நாவலுக்கு அடிப்படை விஷன் / தரிசனம், எழுத்தாளர்களுக்கு இருக்கவேண்டிய ஆன்மிக நாட்டம், ஸ்பிரிச்சுவல் தொடர்புகள், தத்துவப் பரிச்சயம், மன இயக்கத்தை வெளிப்படுத்தும் மொழிபுகள், இலக்கியமென்பதே அறிமுதல் முறை என நீங்கள் இதுகாறும் சொல்லிவந்தவற்றிற்கான அடிப்படைகளை அன்றே மிகத் தெளிவாக உருவாக்கி இருக்கிறீர்கள். இத்தனைக்கும் தமிழின் முன்னுதாரண முன்னத்தி ஏர்கள் இல்லாத சூழலின் மேல் நின்று.

பல ஆயிரங்கள் கட்டி தத்துவம், வரலாறு, புனைவிலக்கிய வகுப்புகளில் பயிலும்தோறும் நொடிக்கு நொடி எனக்குத் தோன்றுவது 'இதத்தானய்யா என் வாத்யாரு பத்துப் பைசா வாங்காம வருஷம் பூரா சொல்லிக்கொடுத்தாரு... 'நமக்கு எந்தப் பண்டமும் ஐரோப்பா லேபிள் போட்டு வந்தால்தான் திருப்தி. இவ்வளவு முடிஞ்சும் நாவல் நல்லா இல்லைன்னா சோத்துல ரசம்தாண்டி உனக்கு' என மிரட்டுகிறாள் திரு. இலக்கியம் தெரிஞ்சவளோடு வாழ்வது சிரமம்.

மிக்க அன்புடன்,
செல்வேந்திரன்

வீட்டு வேலைகளைக் குறைத்துக்கொள்வது எப்படி?

எனது தோழிகள் - காஜல் அகர்வால் தவிர - அனைவரும் வேலை பார்த்துக்கொண்டே குடும்பத்தையும் கவனித்துக்கொள்ளும் இரட்டைக் குதிரை சவாரி செய்பவர்கள். ஐடி வேலை, மளிகைக் கடை, சீரியல் வசனகர்த்தா, வட்டிக்கு விடுதல். விதம் விதமான பணிச் சூழல். இவர்களெல்லாம் ஏகதேசம் சொல்வது 'கொரோனாவிற்குப் பிந்தைய நாட்கள் கடுமையான வேலைப்பளு.'

நாள் முழுக்க பொட்டி தட்டிக்கொண்டே இருப்பது போலவும், முழு நாளும் சமையல் கட்டிலேயே நின்றுகொண்டிருப்பது போலவும் இருக்கிறது. வாழும் கணங்கள் குறைந்துவிட்டன. உள அழுத்தம் தாளவில்லை என்கிறார்கள். ஓரிருவர் சொன்னால் பொருட்படுத்தியிருக்க மாட்டேன். அன்றாடம் நான்கைந்து அழைப்புகளாவது வருகின்றன. எழுத்தாளன் என்றால் சர்வரோக நிவாரணி அல்லவா?

மீண்டும் திருக்குறளரசி புராணம். அம்மையாருக்கு வாழ்க்கையில் ஐம்பெரும் பொறுப்புகள். 1) வீட்டை நிர்வகிப்பது 2) இரு

பிள்ளைகளின் கல்வி 3) அர்த்தமண்டபம் 4) இலக்கிய வாசகி 5) சினிமா

கடைசியிலிருந்து தொடங்கலாமென நினைக்கிறேன். இந்த உலகத்தில் இப்படியெல்லாம் சினிமா பார்க்க முடியுமா என நான் வியந்த ஆளுமைகள் கோகுல் பிரசாத்தும், நரேனும். கோகுல் போடும் பட்டியல்களைப் பார்க்கையில் மூன்று வயதிலேயே சினிமா பார்க்க ஆரம்பித்திருப்பார் எனும் ஐயம் உங்களுக்கும் எழலாம். நரேன் நாளொன்றுக்கு நல்லதும் அல்லதுமாக இரண்டு படங்களேனும் பார்க்கிறார். திருக்குறளரசி இவர்களைக் காட்டிலும் கொடியவர். எந்தத் திரைப்படத்தையும் பரவசம் குன்றாமல் பார்க்கக் கூடியவர். ஐய்யப்பனும் கோஷியும் பார்த்த பித்தடியில், அண்டாவ காணோம் பார்க்கும் ஆற்றல் படைத்தவர். படமில்லா நாளெல்லாம் பிறவாத நாளே என்று வாழ்பவர். எப்படி திரு இப்படி என்று விழிவிரிய கேட்டால், 'ப்ச் அவ்ளோதான் முடியுது... என்ன செய்ய...'

இலக்கிய வாசகி ரோல்தான் ஆகக் கடினமானது. வெண்முரசு அப்டேட். தளத்தில் வரும் பதிவுகள். தவிர, நாளொன்றுக்கு அரைப் புத்தகம்.

பிள்ளைகள் இம்சை இளவரசிகள். ஆளுக்கொரு ரூமில் ஆன்லைன் வகுப்புகள். இருத்தி உட்காரவைத்து ஸ்கிரினை கவனிக்க வைப்பதற்குள் இரண்டு அறைகளுக்கு இடையே சுமார் ஐம்பது ரன்கள் ஓடிச் சேர்த்திருப்பாள். இளம்பிறை கூகிள் க்ளாஸ் ரூமை மினிமைஸ் செய்துவிட்டு யூட்யூபில் 'மாம்பழம் விக்கிற கண்ணம்மாவிற்கு' நைஸாகப் போய்விடுகிறாள். அவள் தலை ஆடுவதை வைத்துத்தான் கண்டுபிடிக்க வேண்டியிருக்கிறது. (எல்கேஜிக்கெல்லாம் மேக்டுக்கில் ஸூம் ரொம்ப ஓவர். மிஸ்டர் செங்கோட்டையன் அந்த வயதில் நீங்களும் நானும் என்ன செய்துகொண்டிருந்தோம் என்பதை மனசாட்சியுடன் யோசித்துப் பாருங்கள்.)

அர்த்தமண்டபம் இப்போது வெபினார்கள், மொழிபெயர்ப்புகள், புத்தகங்கள், இதழ்கள் வடிவமைப்பு என ஆன்லைனில்

பரபரப்பாக இயங்கிக்கொண்டிருக்கிறது. அவளது நிறுவனத்தைப் பற்றி பொதுவெளியில் எழுதக்கூடாதென எனக்குத் தடை உத்தரவு. இத்துடன் நிறுத்திக்கொள்கிறேன்.

கூடுதலாக நாடடங்கு தொடங்கிய நாட்களிலிருந்து வெளிவேலைகள் அனைத்தும் திருவுக்குத்தான். பாதுகாப்பு குறிச்ச சில காரணங்களுக்காக. (வெளியுலகைச் சுற்றிவருவது பெண்களுக்கு மெலிதான ஆசுவாசம் அளிக்கும். நமக்கும் கொரோனா வராமல் இருக்கும் -ஆர்.)

அவளும் நமது ஃபேஸ்புக் அம்மணிகளுக்குச் சற்றும் சளைக்காமல் ஓரொரு நாளும் விதம் விதமாய்ச் சமைத்து காலை முதல் மாலைவரை கழுவிக்கொண்டும் துடைத்துக்கொண்டும் சலித்துக்கொண்டும் உறுமிக்கொண்டும் இருந்தாள்.

வெகுண்டெழுந்து ஒரு மலைப்பிரசங்கம் ஆற்றினேன்:

"கொள்ளை நோய், பஞ்ச காலங்களில் மக்கள் வழக்கத்தைவிட அதிகமாகச் சமைப்பார்கள். விதம் விதமாய் உண்பார்கள். இஃதோர் உளப் பிரச்னை. ஐயாம் லிவிங் பெட்டர் தேன் யூ என உலகத்திற்கும் தனக்கும் சொல்லிக்கொள்ள வேண்டிய நுட்பமான சிக்கல். தின்பதைப் படம் பிடித்து சமூகவலையில் போடுவதன் சைக்காலஜி இதுதான். இந்தப் பயல்கள் பெருமாள் கோயில் புளியோதரைக்கு க்யூவில் அடித்துக்கொண்டு நிற்பதையெல்லாம் எப்போதாவது படம் பிடித்துப் போட்டிருக்கிறார்களா?

இந்த அடுக்ககத்தின் சுற்றுச் சுவருக்கு அப்பால் அறிவொளி நகரில் ஆயிரக்கணக்கானோர் வேலையிழந்து பட்டினியால் வாட, ஹைதராபாத் மட்டன் பிரியாணியும், கோழி வறுவலும், ரத்தப் பொரியலும், நல்லி ரசமும் வைத்துச் சாப்பிடுவது அதர்மம். கப்பலில் தானியம் வந்தால்தான் சோறு என இறக்குமதியை நம்பியிருக்கும் பல நாடுகளில் இப்போதே தட்டுப்பாடு. நாம் இப்படி தின்று தீர்த்தால் ஏழை பாழைகளுக்குப் பொருளில்லாமல் போகும் என்பது எளிய

சமன்.

நாம் கொள்ளை நோயில் வீட்டடங்கிக் கிடக்கிறோம். இது விடுமுறைக் கொண்டாட்டம் அல்ல. நோய்க் காலங்களில் இப்படிப் பெருந்தீனி தின்பது ஆரோக்கியத்திற்கு எதிரானது. மிக மிக எளிமையானதும் ஆரோக்கியமானதுமான உணவுகளை உண்டு நோய் எதிர்ப்பு சக்தியை அதிகரித்துக்கொள்வதே அறிவுடைமை. சில்லி சீஸ் ஃபில்டு பொட்டேட்டோ நக்கட்ஸுக்குப் பதிலாக சுக்குட்டி கீரைப் பொரியல் பலனளிக்கக் கூடியது. உண்டி சிறுத்தல் பெண்டிற்கு அழகு.

நமது ஓட்ட சாட்டங்கள் வல்லிசாகக் குறைந்து அதிக நேரம் அமர்ந்து அமேஸான் ப்ரைம் பார்ப்பது போன்ற அரிய வேலைகளைப் பார்க்கிறோம். ஆகவே செரிமான சிரமங்களை உண்டு பண்ணும் வலுத்த அசைவ உணவுகளைக் குறைத்துக்கொள்ளுதல் ஆட்டிற்கும் நாட்டிற்கும் நலம். ஞாயிற்றுக்கிழமை காலையை இட்லி குடல் கறியில் ஆரம்பித்து, திங்கள்கிழமை இரவு தோசை மாசிச் சம்பலில் முடிப்பது என நான்வெஜ் மாரத்தான் நடத்துவது அர்த்தமில்லாதது. கு.சிவராமனின் குடும்ப உறுப்பினரான நாமே இப்படி துரோகம் செய்தல் நீதி ஆகாது. பன்றி போல தின்றால் பன்றி குணம் வரும் எனச் சொன்ன ப.சிங்காரம் எழுத்தாளரென்றாலும் ஞானி.

ஓயாமல் அடுப்பைப் பற்றவைப்பது, வேளாவேளைக்குச் சூடாக சமைப்பது ஒரு தரித்திரம். குடும்பமாய் தீப்பெட்டித் தொழிலில் பாடுபட்ட நாட்களில் அக்கா காபியை ஒரு குண்டாவில் வைப்பாள். குழம்பை அண்டாவில் வைப்பாள். அவ்வப்போது சூடு பண்ணிக்கொள்வோம். மதியம் பொங்கும் சுடுசோறும் தொடுபுளியும் மறுநாள் காலை உணவாக, பழைய சாதமாகப் பரிமளிக்கும். ஒரே நாடு ஒரே குழம்பு.

திங்கள் மீன் குழம்பு; செவ்வாய் பருப்புக் குழம்பு - தக்காளிக் கூட்டு; புதன் கருவாட்டுக் குழம்பு; வியாழன் மிளகு ரசம் - துவையல்; வெள்ளி சாம்பார் - அவியல்; சனி தக்காளி ரசம்

- பொரியல்; ஞாயிறு புளிக்குழம்பு - அப்பளம்; இடைக்கிடை உளுந்தங்கஞ்சி, மொச்சைக் குழம்பு, முட்டைக் குழம்பு, சொதி குழம்பு, வெந்தயக் குழம்பு, பச்சை பயிறு, கீரை, கூட்டாஞ்சோறு என அப்போதைய பொருளாதாரத்திற்கும் சந்தையில் சல்லிசாய்க் கிடைக்கும் பொருளுக்கும் ஏற்ப சமையலில் மாறுபாடு இருக்கும். இதுதான் மேக்இன் இந்தியா தற்சாற்புப் பொருளாதாரம். நித்தியம் ரெண்டு குழம்பு மூணு தொடுகறி என்றால் சம்பளக் குறைப்பில் வாழும் சம்சாரி என்னதான் செய்வான்?

மூன்றரைப் பேர் வசிக்கும் வீட்டில் முப்பது தட்டுகள், நாற்பது தம்ளர்கள், ஏழெட்டு விதமான கப் & சாஸர்கள், ஐம்பதிற்கும் மேற்பட்ட ஸ்பூன்கள், கணக்கற்ற கரண்டிகள், குக்கரிலேயே எட்டு வகை, குண்டான்களில் பத்து வகை எதற்கு? நான்கு தட்டுகள், ஆறு தம்ளர்கள், எளிய சமையலுக்குத் தேவையான பாத்திரங்களை மட்டும் வைத்துக்கொண்டு மீதம் இருப்பதை ஓர் அட்டைப் பெட்டியில் கட்டிப் பரணில் ஏற்றினோம். ஸ்வீட் பாக்ஸுகள், ஸ்விக்கிக்காரன் கொடுத்த டப்பாக்கள், ப்ளாஸ்டிக் பாட்டில்கள், ஸ்பூன்கள் என சுமார் நூறெண்ணம் கழித்தோம். எப்பவாச்சும் ஊர் போனால் சாப்பாடு பார்சல் செய்துகொள்ள ஆகுமென உங்கள் கிச்சனில் எது இருந்தாலும் எடுத்து மாடி வழியாக ரோட்டில் வீசிவிடுங்கள். அடுத்த இரண்டு வருடங்களுக்கு நீங்கள் எங்கும் செல்ல முடியாது. இப்படி நான் எழுதுவதைத் தலையாட்டித் தலையாட்டி வாசித்துக்கொண்டு வீட்டில்தான் இருக்கப்போகிறீர்கள்.

மனதைத் தொட்டுச் சொல்லுங்கள். நீங்கள் எப்போதோ செய்யும் கேக் - என்ன ஒரு கண்றாவியான அவுட்புட்? - அதற்குரிய கேக் பாத்திரங்கள், கிரில், அவன், சாண்ட்விட்ச் மேக்கர், குல்ஃபி அச்சு, பிஸ்கட் கட்டர், ப்ளெண்டர்... ஒரு டூவீலர் ஓர்க்ஷாப்பை விட அதிகமான பொருட்கள். நியாயமாரே?

மூன்று கரண்டிகள் இருந்தால் உடனுக்குடன் கழுவிப் பயன்படுத்துவோம். முப்பது கரண்டி சேர்ந்த பிறகு சிங்க்

பக்கம் போனால் போர்க்களக் குவியல் போலத்தான் இருக்கும். சமையல் கட்டில் பாத்திரங்கள் எவ்வளவு குறைவாக இருக்கின்றனவோ அவ்வளவுக்கவ்வளவு நேரமும் உழைப்பும் மிச்சமாகும். 'ப்ளாஸ்டிக் எவ்வளவு குறைவாக இருக்கிறதோ அந்தளவுக்கு கரப்பான்பூச்சிகள் குறைவாக இருக்கும்' என்கிறார் அப்துல்கலாம்.

நம்முடைய பெரும்பான்மைச் சமையலுக்குத் தோதான முறையில் டப்பாக்களை அடுக்கிவைப்பது. பாத்திரங்களைக் கைவாகாக வைப்பது எனும் பழக்கமே நம் பெண்களிடம் இல்லை. அடிக்கடி எடுக்கும் உப்பு டப்பாவைக் கீழ் ராக்கில் வைப்பது, எப்போதாவது தேவைப்படும் குங்குமப்பூவை அடுப்புக்கருகே வைப்பது தொடங்கி அரிவாள்மணையை எழுத்து மேஜையில் வைப்பதுவரை வளைந்து நெளிந்து குழைந்து சர்க்கஸ் போலச் சமைக்கிறார்கள். ஆயுதங்களை அடுக்கிவைப்பது தொடர்பாக ஜப்பானிய முறை, சீன முறை, ஹீலர் பாஸ்கர் முறை எனப் பலதும் உளது. நான் இதில் விற்பன்னன். ஆனால், இதையெல்லாம் தேடியும் யோசித்தும் கற்றுக்கொள்வதே நல்லது.

நான் இரு மாதங்களுக்கு ஒரு முறை, திரு வீட்டில் இல்லாத நேரமாகப் பார்த்து, சமையல் கட்டில் புகுந்து அஞ்சறைப் பெட்டியிலும் இதர டப்பாக்களிலும் என்னென்ன பொருட்கள் இருக்கின்றன என்பதை ஸ்டாக் எடுப்பேன். (அப்போது அப்பா முகம் சிபிஐ அதிகாரி போல இருக்கும் - இளவெயினி) ஒன்றரை ஆண்டுகளுக்கு முன்பு வாங்கின கருப்பட்டி, இரண்டாண்டுகளுக்கு முன்பு வாங்கின பனங்கற்கண்டு, எப்போதோ திரித்த உளுந்த மாவு, மொச்சை, அவல், வண்டு விழுந்த ரவை, பூச்சி புழங்கும் கடலை மாவு, மம்மிகளைப் போல மாறிவிட்ட கருவாடு, பொங்கலுக்கு வாங்கின மஞ்சள் எனப் பலதும் தட்டுப்படும். ரோஸ் வாட்டர், வெனிலா எஸன்ஸ், சாக்லெட் பவுடர், பாஸ்தா, ஓட்ஸ், பிரட் க்ரம்ப்ஸ் என வெளிநாட்டுப் பயல்களும் ஒளிந்துகிடப்பான்கள். இதில் பல விஷயங்கள் கைபார்க்கப்பட வேண்டியவை.

மொட்டை மாடியில் பேப்பர் விரித்து இவற்றைக் காய வைத்து சலித்து எடுத்து மீண்டும் சுத்தமான டப்பாக்களில் போட்டு வைத்துக்கொள்வேன்.

திருமதி வீடு திரும்பியதும் ஆலாபனையை ஆரம்பிப்பேன். முதல் சுற்று பொறுமையாகக் கேட்டுக்கொள்வாள். 'முட்டை விடுற கோழிக்குத்தான்...' என நாட்டாரியல் ஆரம்பிக்கும்போது தம்ளர்கள் காற்றில் மிதக்கும். சமரச உடன்படிக்கையில் நான் ஒரு பட்டியல் கொடுப்பேன். அதன்படி கைவசம் இருக்கும் பொருட்களின் அடிப்படையில் உளுந்தங்களி, வெந்தயக்களி, சுசியம், சிறுபயறு, அவல் உருண்டை, பால் பாயசம், மாசிச் சம்பல், ஓடியன் கூழ் (நாக்கைச் சுழட்டாதீங்க மேன்...) என ஒவ்வொன்றாகச் செய்து தின்று தீர்ப்பது என முடிவெடுப்போம். இவ்வழியாக நீண்ட நாட்கள் இன்வென்ட்டரி குறைவதுடன் அம்மாதத்தின் மளிகைச் செலவும் மிச்சமாகும். ஆனால், இந்த வெள்ளரி விதையை விதைத்துத் தண்ணீர் ஊற்றிக்கொண்டே இருந்தேன். அது முளைக்காதாமே?

வரலெட்சுமி பூஜை, நவராத்திரி பூஜை, லெஷ்மி பூஜை உள்ளிட்ட பல்வேறு பூஜைகளுக்கும் விழாக்களுக்கும் வாங்கிய விரளி மஞ்சள், பாக்கு, மஞ்சள் கயிறுகள், வளையல்கள், குங்கும டப்பாக்கள், டிஸ்போஸபிள் தட்டுகள் என ஒரு பென்ஸி ஸ்டோர் வைக்கும் அளவிற்குச் சேர்ந்துவிடும். இவற்றை என்ன செய்வது என்று நானும் நாஞ்சில் நாடனும் நீண்ட காலமாக ஆலோசித்துவருகிறோம். வாசகர்கள் தங்கள் கருத்துகளைப் பதியலாம்.

கோவைப்புதூரில் கீரை விற்பவர்கள், மீன் விற்பவர்கள், காய்கறி வியாபாரிகள் தோள்களில் பளபளப்பான ஜரிகைத் துண்டுகள் மின்னினால் ஆச்சர்யம் கொள்ளாதீர்கள். விழாக்களில் சேகரமாகும் பொன்னாடைகளை நாங்கள் அவர்களது பணியை மெச்சிப் போர்த்திவிடுவோம். அதில் ஒருவர் 'பொன்னாடை போர்த்தி தேங்காயும் கொடுப்பாங்கள்லா' என்று கேட்டபோது

நான் சற்று கண்கலங்கினேன்.

இந்த வீடடங்கு நாட்களில் பிள்ளைகளை ஆரோக்கியமாகப் பல விஷயங்களில் ஈடுபடுத்தி ஐஐடிக்குத் தயாராக்கிவிடலாமென்று, கண்ட குப்பைகளையும் வாங்கி நிறைத்திருப்போம். ஆக்டிவிட்டியாவது ஆட்டுக்குட்டியாவது எனப் பிள்ளைகள் எல்லாவற்றையும் ஹாலில் இறைத்துவிட்டு ஓடிவிடுவார்கள். ஒதுங்க வைத்து ஒதுங்க வைத்து ஒதுங்க வைத்து ஒதுங்க வைத்து ஒதுங்க வைத்து ஒதுங்க வைத்து ஒதுங்க வைத்து... சை. மனுஷனா மாரிதாஸா? வீட்டில் இருப்பது டாவின்ஸி அல்ல. லிட்டில் சிம்பன்ஸி. பன்னிரண்டு க்ரேயான்ஸுக்கு மேல் இருக்கிறதை எடுத்துக் கொண்டு போய்ப் பக்கத்துக் குப்பத்தில் கொடுத்தோம். இருக்கிற புத்தகங்களில் படிக்காதது போக மீதமிருந்ததை ஆனைகட்டி பழங்குடிச் சிறார்களுக்கு ஆனந்த் (நான்காவது தடம் நூலின் ஆசிரியர்) வழியாக ஒப்படைத்தோம். இத்தனை முறை வீட்டைச் சுத்தம் செய்தேனென அப்ரைஸலில் குறிப்பிட முடியாது.

இறுதியாகத் துணிமணிகள் பயன்பாடு. மார்ச் 24 முதல் நான் நாலு முழம் வேட்டி. எழுதும்போது மட்டும் தலையில் முண்டு. முக்காடு இல்லை தலப்பாகட்டு. பிறகு யோசித்தேன். இதை அலசிப் பிழிவதற்குப் பதில் டவுசருக்கு மாறிக்கொண்டேன். ஒரு நாளுக்கு மூன்று துணி கழற்றி மாட்டும் பிள்ளைகளை வாஷிங் மெஷினில் துணிகளைப் போட்டு, 'துவைக்க வேண்டியது உங்கள் பொறுப்பு' என்றதும் டூ மினிட்ஸில் சேட்டையைக் குறைத்துக்கொண்டார்கள். மெஷின் துவைத்த துணியை ஓர் உதறு உதறி காயப்போட்டாலே அயர்ன் செய்யும் வேலை மிச்சம். ஆனால், டிரையரில் கருவாடாக விட்டுவிட்டால் ஸ்பிரிங் போல முறுக்கிக்கொள்ளும். சோலியத்த சோலி.

இதையெல்லாம் செய்தால் பெண்களின் நேரமும் உழைப்பும் கொஞ்சம் மிச்சப்படலாம். சிலர் வீட்டில் அனைவரும் இருக்கிறார்கள் என்று தானே மனமுவந்து – டிஸ்பிளேயிங் கல்லினரி ஸ்கில்ஸ் இன் பேமிலி வாட்ஸாப் குரூப் ஃபார் அற்ப

சியர்ஸ் சிம்பல் - யூட்யூபில் உதவாக்கரை வீடியோக்களாகப் பார்த்துச் சமைத்துத் தள்ளுகிறீர்கள். தப்பில்லை. ஆனால், அதில் பாவனையான சலிப்பைச் சேர்க்காதிருங்கள். அட்லீஸ்ட் சமைப்பதாவது வாய்க்கு விளங்கும்.

சரி இதெல்லாம் பெண்களுக்குத்தானா? இந்த ஆண்கள் தடித் தாண்டவராயன்கள் - கொஞ்சம் சமையலில், வீட்டு வேலைகளில் பெண்களுக்கு உதவக்கூடாதா? எவ்வளவு ஆணாதிக்கமான ஆலோசனைகள்? - அன்புள்ள அம்மணி, அதற்கு நீங்கள் ஜெயமோகன், நாஞ்சில் நாடன், சாரு நிவேதிதா போன்ற உத்தமர்களைக் கல்யாணம் செய்திருக்க வேண்டும். போகன் சங்கருக்குக் கழுத்தை நீட்டிவிட்டு, 'வந்து பாத்திரம் கழுவு' என்று சொன்னால், நடக்குமா?

ஆறிலக்கம் சம்பளம் வாங்குகிறவன், வீட்டிலும் அப்படித்தான் இருப்பான். சீரியலில் சினிமாவில் பார்க்கும் ஓரிரு விதிவிலக்குகளைக் கொண்டு நமக்கும் அப்படி லாட்டரி அடிக்கும் என நினைக்க வேண்டியதில்லை. ஐரோப்பா டூரும் வேண்டும். அடுப்பங்கரையை ஒதுக்கவும் வேண்டும் என்றால் நடக்காது. காலேஜ் தேர்டு இயர் படிக்கையில், 'மூட்டை தூக்கியாவது உன்னைக் காப்பாற்றுவேன்' என்று கன்னம் ஒட்டிய ஒரு பையன் சொன்னானே அவனிடம் எதிர்பார்க்க வேண்டியதை மணி ஹெய்ஸ்ட் பார்த்துவிட்டு திவ்யா திராவிடமணிக்கு லைக்ஸ் போடுகிறவனிடம் எதிர்பார்க்கவே கூடாது. சமைக்கவே பிடிக்கவில்லையா. எரிச்சல் எரிச்சலாக வருகிறதா? சங்கடமே படாமல் ஸ்விக்கியை எடுத்து ஆர்டர் செய்ய வேண்டும். அநியாய ஜிஎஸ்டி, பேக்கிங் சார்ஜஸ், டிப்ஸ், ப்ளாஸ்டிக் குப்பை என்று நம் வீட்டு கார்ப்பரேட் குண்டுமணி வகுப்பெடுத்தால், என்னிடம் சொல்லுங்கள். தனிக் கட்டுரை எழுதித் தாளித்துவிடலாம்.

சரி இறுதி நீதிக்கு வருகிறேன். என்னதான் செல்வராணி, சைதன்யா, மீனாம்பிகை போன்றவர்கள் பெண்ணிய விஷக் கருத்துகளைத் திருக்குறளரசியின் மனதில் விதைத்தாலும்,

கணவன் சொற்களே கைவிளக்கென்று கருதுவதால் திருக்குறளரசியால் குடும்பத்தையும் தொழிலையும் பார்த்துக்கொண்டே தன்னுடைய தனிப்பட்ட ஆர்வத்திலும் நேரம் செலுத்த முடிகிறது. என்ன ஒன்று இலக்கியத்தின் மெல்லுணர்ச்சிகள் அன்றாடத்திலும் பிரதிபலிக்கும் 'வெண்முரசு முடியப்போகுது... உனக்கு காப்பி ஒரு கேடா?'

சற்று நேரத்திற்கு முன்பு கிச்சனிலிருந்து ஒலித்தது 'சீனாக்கார மயிராண்டி சண்டைக்கி வாரான்... இனி யாராச்சு ஃப்ரைடு ரைஸ் கேளுங்க... அப்ப இருக்கு...'

பணிநீக்கம்

அப்பா சொன்னார் 'டேய் ஒருத்தர வேலைக்கு எடுக்கறது, கல்யாணம் பண்ணிக்கற மாதிரி. எடுக்கறதுக்கு முன்னாடி நூறு வாட்டி யோசி. ஆயிரம் கேள்வி கேளு. பத்து எடத்துல விசாரி. ஆனா ஒரு தடவ வேலைக்கின்னு எடுத்துட்டா, அவனாப் போற வரைக்கும் வச்சிக் காப்பாத்து.'

அப்பா மரணிக்கும்வரை எங்கள் தீப்பெட்டி கம்பெனி ஐம்பதாண்டுகள் நீடித்தது. கடைசி ஊழியரும் கிளம்பிய பின்னர்தான் லைஸென்ஸை சரண்டர் செய்தோம். கணேசன் மேச்சஸின் மேனாள் ஊழியர்களுள் சிலர் ஃபேஸ்புக்கில் என்னைப் பின்தொடர்கிறார்கள். அவர்கள் இதை உறுதி செய்வார்கள்.

அப்படியானால் எப்படியாப்பட்டவனையும் கடைசிவரை கட்டி மேய்க்க வேண்டுமா? மூன்று விதிவிலக்குகள். பணம் கையாடல், பாலியல் தொல்லை, நிறுவனத்தின் பெயருக்குக் களங்கம் விளைவிக்கும் செயல்பாடுகள். தீர விசாரித்து, குற்றம் நிரூபணமானால் கைச்செலவுக்குப் பணம் கொடுத்து வீட்டுக்கு அனுப்பிவிடு.

சரி. பெர்பார்மன்ஸ்? ஒருவன் ஒரு வேலையைச் செய்யவில்லையென்றால், அதற்கு இரண்டே காரணங்கள்தான். 1) அவனுக்கு வேலை செய்யத் தெரியவில்லை உனது தேர்வு தவறானது. 2) அவன் வேலை செய்ய விரும்பவில்லை உனது தேர்வு தவறானது. ஆராயாமல் நீ செய்த தவற்றுக்கு அவன் எப்படிப் பொறுப்பாவான்? வச்சு வாழு. செயல்திறனற்ற மனிதன் என்று ஒருவன் உலகிலேயே இல்லை. ஒருவனின் பலத்தை வைத்து விளையாடு. பலவீனத்தைச் சுட்டிச் சுட்டி அடிக்காதே. அவனுக்கு என்ன வருமோ எதைச் செய்ய விரும்புகிறானோ அதைச் செய்யச் சொல். அப்படியொரு பணி உன் கம்பெனியில் இல்லை என்றால் அவனாக வெளிக்கிடும்வரை சம்பளம் கொடு. அது உன் தலையெழுத்து.

உள்ளே வரும்போது எல்லோரும் உலக உத்தமர்கள் போலத்தானே வருகிறார்கள். பிறகுதானே சுயரூபம் தெரிகிறது?

'தம்பி.. ஒருத்தனின் மனப்போக்கு (ஆட்டிட்யூட்) மாறிப் போய்விடுவதற்கு அவன் மட்டும்தான் காரணமாக இருக்கமுடியுமா?'

என்ன விவாதித்தாலும் ஓர் ஊழியனை வீட்டுக்கு அனுப்புவதை அவரிடம் வாதாடி வெல்ல முடியாது. குருணையைக் குத்தித் தின்று வளர்ந்தவர். நெஞ்சறிந்து பிறிதொருவன் பசித்திருக்கப் பொறுக்காதவர். ஒரு சமூகத்தில் உபரி என்பது குழந்தைகளுக்கும் முதியவர்களுக்குமானது எனச் சொன்ன இயேசுவை இதயத்தின் ஒரு பக்கத்திலும், பழவர்க்கங்கள் நோயாளிகளுக்குரியவை; பணக்காரர்கள் அதைச் சாப்பிடுவதைத் தவிர்க்க வேண்டும் எனச் சொன்ன காந்தியை மறுபக்கத்திலும் சுமந்தவர். லாபம் என்பதை ஒருவிதப் பாபம் என்று கருதிய லட்சியவாத தலைமுறையைச் சேர்ந்தவர்.

பொருளாதார மந்த நிலைக் காலக்கட்டத்தில் வாகன உற்பத்தியாளர்களும் மென்பொருள் நிறுவனங்களும் ஊழியர்களை வீட்டுக்கு அனுப்பியதை அவரால் தாங்கிக்கொள்ளவே முடியவில்லை. 'செல்வா... ஒரு மாசம்

வருமானம் இல்லைன்னாக்கூட சம்பளம் போட முடியாதுன்ன இவன் நடத்துனதுக்குப் பேரு தொழிலா...?' இதற்கு மேல் அவர் சொன்ன வசவுச் சொல்லை எழுத எனக்குக் கூசுகிறது.

தனது தயாரிப்பை, சந்தை மதிப்பை, வாடிக்கையாளர்களை, முதலீட்டாளர்களையெல்லாம்விட தன் ஊழியர்களையே பெரும்சொத்தாய்க் கருதுகிறவன்தான் செழிப்பான். முன் சொன்னவை புறக்காரணிகளால் எளிதில் வீழ்ந்துவிடக் கூடியவை. திறமை மிக்க ஊழியர்களைக் கொண்டு மீண்டும் சாம்ராஜ்யங்களைக் கட்டி எழுப்பிவிட முடியும். இந்த ஆண்டில் ஏற்பட்ட நட்டத்தை வரும் ஆண்டில் சரிக்கட்டிவிட முடியும். ஆயிரம் முன்னுதாரணங்களைத் தரலாம். உடனடியாக ஒன்றைச் சொல்வதானால், நாடடங்கினால் உலகம் முழுக்க தீப்பெட்டிகளுக்குத் தட்டுப்பாடு உருவானது. வட இந்தியாவில் ஐம்பது பைசாத் தீப்பெட்டி மூன்று ரூபாய்க்கு விற்றது. கோவில்பட்டி சிவகாசி பகுதிகளில் பல்லாண்டுகளாகத் தேங்கிய பண்டல்கள் அத்தனையும் காசாயின. புது ரத்தம் ஏற்றிய உடல் போல ஆகிவிட்டது தீப்பெட்டித் தொழில். கையுறைகள், பிபி கிட்டுகள், முகக் கவசங்கள் இன்ன பிற மருத்துவ ஆடைகளுக்கான ஆர்டர்கள் உலகெங்கிலுமிருந்து வந்து குவிய திருப்பூர் துள்ளாட்டம் போடுகிறது. ஓசூரின் ஃபார்மா நிறுவனங்கள் இரட்டைச் சம்பளத்தில் ராப்பகலாய், காய்ச்சல் மாத்திரை அடித்துக்கொண்டிருக்கின்றன. அனைத்துத் தொழிலுக்கும் ஏற்றமும் உண்டு. இறக்கமும் உண்டு. லாபத்தைச் சுகிப்பேன். நட்டம் வரும் நிழல் தெரிந்தாலும் அடுத்தவன் சோற்றில் மண்ணள்ளிப் போடுவேன் என்பவர்கள் பொருளாதார மந்த நிலை இல்லையென்றாலும் அழிவார்கள்.

இன்று ஊழியர்களை வீட்டுக்கு அனுப்பும் துறைகளுள் பெரும்பாலானவற்றின் அந்திமம் பத்தாண்டுகளுக்கு முன்னரே தெரிந்துவிட்டது. ஆயினும் ஆட்களை வேலைக்கு எடுப்பதையோ, அநியாயச் சம்பளம் கொடுப்பதையோ தொழிலை விரிவுபடுத்துவதையோ ஆடம்பரத்தைக் குறைப்பதையோ இந்நிறுவனங்கள் யோசிக்கவில்லை. கடன் வாங்கிக் கடன்

வாங்கி முக்குளித்தார்கள். 'நாங்கள் விற்பனையில் முதலிடம்' என்றார்கள். 'நல்ல லாபத்தில் இயங்குகிறோம்' என்று பொய்ச் சித்திரம் காட்டினார்கள். முதலீட்டாளர்களின் மனமகிழ் மன்றம் போல கம்பெனியை நடத்தினார்கள். இயக்குனர்களின் பட்டியல் நீள்வதும் அவர்களது சம்பளம் வீங்குவதும் நிகழ்ந்தது. இந்தக் குற்றங்களுக்குப் பொறுப்பேற்றுக்கொள்ளாதவர்கள், அதன் தண்டனையை ஊழியர்களுக்கு வழங்குவது ஏற்புடையதல்ல.

முதலீடு செய்தவனின் நோக்கம் லாபம் மட்டுமே. இங்கே அறவுணர்ச்சி பஜனைகள் செல்லுபடியாகாது என்பவர்களின் குரல் கேட்கிறது. ஆம் திடீர் நட்டத்தின் முழுச் சுமையையும் முதலாளிகளே ஏற்கவேண்டுமென்பது ஏற்புடையதல்ல. ஊழியர்கள் தங்கள் சம்பளத்தின் ஒரு பகுதியை விட்டுக்கொடுக்கலாம். சலுகைகளின் சில பகுதிகளை விட்டுக்கொடுக்கலாம். வேலை நேரத்தை அதிகரிக்கலாம். செலவுகளைக் குறைக்கலாம். குடும்பத்திற்கு வேறு வருமானம் உண்டு, சம்பளம் இல்லாமலும் சமாளிக்க முடியும் என்பவர்கள் தங்களது சம்பளத்தை நிலைமை சரியானதும் வாங்கிக் கொள்கிறேன் எனப் பொறுத்துக்கொள்ளலாம். அப்படி விட்டுக் கொடுப்பவர்களுக்கு பிற்பாடு சிறிது வட்டியோ / லாபமோ சேர்த்து, தொகையை நிறுவனங்கள் கொடுக்கலாம். வங்கிகளிடமோ அல்லது முதலீட்டாளர்களிடமோதான் ஒரு நிறுவனம் கடன் வாங்க வேண்டுமென்பதில்லை. இதெல்லாவற்றையும் தாண்டியும் நிறுவனம் மூழ்கும் நிலைமை வந்தால் மனமுவந்து வெளியேற முன்வருபவர்களுக்கு ஊக்கத் தொகை அறிவிக்கலாம். வெளியேறிய பின்னரும் நிறுவனத்திற்கான சேவைகளை அளிக்கும் வெண்டாராகச் சிலருக்கு வாய்ப்பளிக்கலாம். இவையனைத்தும் வெளிப்படைத்தன்மையான உரையாடல்களின் வழி மட்டுமே சாத்தியம்.

இந்த இடத்தில் பொருத்தப்பாடு கருதி ஒன்றைச் சொல்கிறேன். அக்காலத்தில், நக்கீரன் இதழ் நெருக்கடியைச் சந்திக்கும்போது சில முகவர்கள் அடுத்தடுத்த மாதங்களுக்குரிய

தொகையைக்கூட முன்கூட்டியே செலுத்திவிடுவார்கள். அது போலவே முகவர்கள் எதிர்பாராத இழப்பைச் சந்தித்து நெருக்கடியில் இருக்கும்போது நக்கீரன் நிர்வாகம் அவர்களை பில் பணம் கேட்டுத் தொந்தரவு செய்யாது. நக்கீரன் கோபால் கடைப்பிடித்த விழுமியம் அது. தொழில் என்பது ஒருவரையொருவர் கைத்தாங்கி விடுவது. ஆயிரமாயிரம் ஆண்டுகளாகச் சமணர்களும் பீதர்களும் யவனர்களும் காப்பிரியர்களும் கடைப்பிடித்த வணிக அறம் அதுதான். தொழிலிலும் நிர்வாக அமைப்பிலும் மேலாண்மையிலும் அமெரிக்காவின் கோமணத்தையே நாமும் கட்டிக்கொண்டு ஆடியதன் காட்சிகள்தான் நாம் இன்று காண்பது. ஐஐஎம் கக்கிய இத்தனை ஜெனரல் மானேஜர்களாலும் துணைத் தலைவர்களாலும், சி.இ.ஓக்களாலும், கன்சல்டன்ட்டுகளாலும் ஓர் இரண்டு மாதங்கள் தாக்குப்பிடிக்க முடியாதென்றால் இந்த ஆர்கனோகிராமின் பொருள் என்ன?

கூட்டம் கூட்டமாய்த் தங்கள் ஊருக்குக் கிளம்பும் வட இந்தியத் தொழிலாளர்களுக்கு பிஸ்கட்டும் நீரும் தந்து ரயிலில் அனுப்புகையில் ஒன்றைக் கேட்டேன் 'உங்கள் ஊரில் பாலாறும் தேனாறுமா ஓடுகிறது... அங்கு சென்று என்ன செய்வீர்கள்?'

'ஐயா எங்கள் ஊரில் பிழைக்க வழியில்லாமல்தான் இங்கு வந்தோம். சம்பளத்தில் ஏற்றத்தாழ்வு, வேலை நேரத்தில் ஏற்றத்தாழ்வு, தங்குமிடம் தகரக் கொட்டாய், உண்ணும் உணவு பன்றிக்குரியது எல்லாவற்றையும் பொறுத்துக்கொண்டோம். நன்றியோடுதான் உழைத்தோம். வீடடங்கால் நாங்கள் பசித்திருந்தோம். உணவுக்காகத் தட்டியபோது முதலாளிகளின் கதவுகள் திறக்கப்படவே இல்லை. அவர்கள் காதில் பஞ்சை அடைத்துக்கொண்டு பஞ்சணையில் புரண்டு படுத்துக்கொண்டார்கள். பசியெனக் கதறும் ஒருவனைக் கடந்துபோக முடியுமென்றால், கண்டுகொள்ளாமலிருக்க முடியுமென்றால் அங்கே நீதியுணர்ச்சி செத்துவிட்டது என்று பொருள். நான் உணவில்லாமல் இன்றோ நாளையோ நாளை மறுநாளோ இறக்கக் கூடுமெனில், இவர்கள் என்னை எடுத்து

அடக்கம் செய்யமாட்டார்கள். என் உடல் ரோட்டில் வீசப்படும். அநாதையாகச் செத்துப்போவதற்குப் பதிலாக ஊரில் என் அன்னையின் மடியில் சாவேன்.'

ஒரு மனிதனுக்குச் சோறு போட சமூகத்திற்கு வக்கில்லையெனில் உலகையே தீயிட்டுக் கொளுத்து என ஒரு கவிஞன் அறம் பாடுவது இதனால்தான். ஒருவனின் பசி கண்டுகொள்ளப்படாதென்றால் அதுதான் அறவீழ்ச்சியின் எல்லை. அதற்கு அப்பால் கீழிறங்குவதற்கு எதுவுமில்லை. 'தருமம்' எனும் ஒரே காரணத்திற்காக நான் பிறந்த மண்ணிலும் அதிகமாய் நேசித்த 'கோவையும்' இதற்கு விதிவிலக்கல்ல எனும் உண்மையால் என் கும்பி எரிந்தது. இன்று இது என் ஊரல்ல.

இந்தியாவில் கூலிகள் வீழ்த்தப்பட்ட பின்னர் இப்போது ஊழியர்கள் வீழ்த்தப்படும் சீசன் தொடங்கியிருக்கிறது. அவர்களுக்கு இத்தருணத்தில் சொல்வதற்கு என்னிடம் இரண்டே சொற்கள்தான் இருக்கின்றன. இந்த வேலை தந்த சம்பளத்தில்தால் குடும்பம் பசியாறியது. வாடகை கொடுத்தீர்கள். பிள்ளைகள் படித்தார்கள். முதலாளிகளுக்கு நன்றி சொல்வோம். அவர்கள் நெருக்கடியிலிருந்து மீள மனதார வாழ்த்துவோம்.

இரண்டாவது, உலகமே இருள் மண்டி எங்கும் மரண ஓலமும் பசியின் கூக்குரலும் ஒலிக்கும் நாட்களில் நீங்கள் வெளியேற்றப்பட்டிருக்கிறீர்கள். எளிதாக இன்னொரு பிழைப்பைத் தேடிக்கொள்ள வழியற்ற சூழலில் ஈவிரக்கமின்றி வெளியேற்றப்பட்டிருக்கிறீர்கள். இப்படியொரு தலைவனுக்குக் கீழ்தான் நீங்கள் இத்தனை நாட்கள் களமாடியிருக்கிறீர்கள். இதைக் காட்டிக் கொடுத்த இறைவனுக்கு நன்றி சொல்லுங்கள். ஒரு மாட்டிற்குப் பதிலாக நுகத்தில் தன் கழுத்தைக் கொடுத்தவனைவிட, ஊனமுற்ற மனைவியைத் தோளில் தூக்கிக்கொண்டு கொளுத்தும் வெயிலில் காலுக்குச் செருப்பில்லாமல் நடப்பவனைவிட, தண்டவாளத்தில் படுத்துச் செத்தவனைவிட, தன் தகப்பனை சைக்கிளோடு சேர்த்துக்கட்டி

ஆயிரக்கணக்கான கிலோமீட்டர்கள் மிதித்துச் சென்ற சிறுமியை விட சற்று மேலான வாழ்க்கை உங்களுடையது. அச்சம் கொள்ளாதீர்கள். கொரோனாவிலும் கொடியது அச்சம். பதற்றமடையாதீர்கள். இன்னொரு அடிமைச் சங்கிலியை அவசர அவசரமாக அணிந்துகொள்வதற்குப் பறக்காதீர்கள். வீட்டில் இருப்பவர்களையும் பதற்றப்படுத்தாதீர்கள். நீங்கள் பிறந்ததே இந்த நிறுவனத்தில் இதே வேலையை மட்டுமே பார்க்க வேண்டுமென்பதற்காக அல்ல. இந்த வேலை மறுக்கப்பட்டதால் திருவண்ணாமலை கோயில் வாசலில் நின்று பிச்சை எடுக்கப்போவதில்லை. நிலைமை நிச்சயம் மாறும். அதிகபட்சம் சில மாதங்களுக்குச் சௌகர்யக் குறைகள் ஏற்படலாம். பெட்ரோல், கல்வி, விருந்து – வேக்காடு போன்ற அதிகச் செலவினங்கள் தேவைப்படாத காலம். முடிந்தவரை தாக்குப்பிடியுங்கள். குடும்பமாகக் காந்தியின் கால்களைப் பற்றிக்கொள்ளுங்கள். நம் இன்றைய பிரச்னைகளுள் பெரும்பாலானவற்றுக்கு அந்தக் கிழவனிடம் தீர்வு இருக்கிறது.

'ஆனது ஆகட்டும், அடிச்சு நொறுக்கு. அடுத்தது என்ன?' எனும் மந்திரத்தைக் கற்றுத் தருகிறேன். உச்சாடனம் செய்யுங்கள். நெருக்கடியான காலக்கட்டம் என்பது உண்மையில் மிகப் பெரிய வாய்ப்பு. உங்களுக்குக் கண் என ஒன்றிருந்தால் போதும். உதாரணம்: திருக்குறளரசியின் நிறுவனம். இதுநாள் வரை அது மக்கள் தொடர்பு, நிகழ்ச்சி ஒருங்கிணைப்பு ஆகிய சேவைகளை அளித்துவந்தது. இந்த இரண்டிற்கும் அடுத்த இரண்டாண்டுகளுக்கு வாய்ப்பே இல்லை. உட்கார்ந்து ஒப்பாரி வைக்கவில்லை. ஊழியர்களைத் துரத்தவில்லை. 'எங்கள் தின்பண்டங்கள் பாதுகாப்பாகத்தான் தயாரிக்கப்படுகின்றன' என்பதை விளக்கும் குறும்படங்களை, உணவுத் தொழிலில் இருப்பவர்களுக்காக இயக்க ஆரம்பித்துவிட்டாள். வாடிக்கையாளர்களின் நம்பிக்கையைப் பெற இத்தகு விழிப்புணர்வு வீடியோக்கள் இன்று அவசியமானவை. இந்த இடத்தில் ஒரு சிறிய எச்சரிக்கை. எந்தத் தொழிலும் அதற்குரிய வருவாயைத்தான் தரும் (எலி புழுக்கை போடும்; யானை லத்தி தரும் அப்பா) உங்களது அனைத்துத் தேவைகளையும

ஆசைகளையும் அது பூர்த்தி செய்யவேண்டுமென எதிர்பார்ப்பது, தெருவில்தான் கொண்டுபோய் நிறுத்தும். உங்கள் முதலாளியின் கோளாறும் அதுதான்.

வாசித்துக்கொண்டே இருங்கள். சிந்தித்துக்கொண்டே இருங்கள். முயற்சித்துக்கொண்டே இருங்கள். புதிய வெளிச்சத்தின் சிறிய கீற்று தட்டுப்பட்டாலும் 'ங்கொப்பன் மவனே சிங்கம்டா' எனும் மந்திரத்தைச் சொல்லிக்கொண்டு வெளிக்கிடுங்கள். நினைவிருக்கட்டும் பத்தாம் வகுப்பின் 'சைன் தீட்டா, காஸ் தீட்டா' போன்ற கொடூரங்களையே சமாளித்து வென்றவர் நீங்கள்.

அப்பாவின் மந்திரச் சொற்களோடே முடிக்கிறேன் 'அழுதுக்கிட்டு இருக்காதடா... உழுதுக்கிட்டு இரு.'

★

வீடடங்கு நாட்களில்,
செல்வேந்திரனின் ஒரு நாள்!

தோராயமாக காலை 7 மணி வாக்கில் எழுகிறேன். நேரடியாகக் குளியல். கொரானா ஒழியவேண்டுமென மனமுருகப் பிரார்த்தனை. வேட்டி உடுத்தி எழுத்து மேஜைக்குச் சென்று பத்து மணி வரை ஜெயமோகன் தளம், ஃபேஸ்புக்கில் அரிய கருத்துகள், இன்ஸ்டாவில் லைக்குகள்.

காலை உணவு பத்து மணி வாக்கில். பின் அலுவலகப் பணிகள். நேரடியாக வாடிக்கையாளரைக் கண்ணுக்குக் கண் பார்த்து வியாபாரம் செய்வதுதான் என் தொழில். வீசும் காற்றில் விஷம் பரவும் நாட்களில் சாத்தியமில்லை. ஆகவே வாடிக்கையாளர்கள், கல்லூரி முதல்வர்கள், பேராசிரியர்கள், தொழிலதிபர்கள், புரவலர்கள் ஆகியோரை அழைத்துப் பேசுதல். வாராக்கடன்களைக் கோருதல். ஓரிரு முகவர்கள், வாசகர்களை அழைத்து நாளிதழ் கிடைப்பதில் ஏதும் சிரமம் உள்ளதா என விசாரித்தல்.

மதிய விருந்து. சுவருக்கு அப்பால் அறிவொளி நகரில் பசித்திருப்பவர்கள், அடுக்ககத்தில் தெருநாய்க்குப் பிறந்து கைவிடப்பட்ட குட்டிகளின் அரற்றல் ஆகியவற்றைப் பற்றிய குற்றவுணர்வோடு மூவகைக் கூட்டுடன் அல்லது சிக்கன் மட்டனுடன். இந்த உலகடங்கு நாட்களிலும் திருக்குறளரசிக்கு அன்றாடம் மட்டனும் சிக்கனும் மீனும் எப்படி வருகிறதென்பதை சிபிஐ விசாரிக்க வேண்டும்.

மதிய உணவிற்குப் பின் கண்களைச் சுழற்றிக்கொண்டு வரும். ஆனால், குருநாதர் அதிஷாவை நினைத்துக்கொண்டு எழுத்து மேஜையில் அமர்ந்து வாசிப்பேன். மனம் எதிலும் ஒட்டுவதில்லை. உங்களிடம் சொல்வதற்கென்ன, அத்தனை மானுடர்களும் அழிந்துவிடுவோமோ எனும் அச்சம் இருக்கிறது. மாலை மூன்று மணி வாக்கில் அலுவலக நண்பர்கள், பிற கிளை ஊழியர்களை அழைத்து, சந்தை நிலவரங்கள் நீக்குப்போக்குகள் குறித்த உரையாடல்.

மாலையில் இரண்டு மணி நேரம் ஷட்டில். திருவும் இளவெயினியும் முறையான பயிற்றுனர் வைத்து பேட்மின்டன் கற்றுக்கொண்டவர்கள். இந்த வீடடங்கு தினங்களில் பேட்மின்டன் கற்றுக்கொண்டு அவர்களைவிட வெறித்தனமாகிவிட்டேன். ஷட்டில் என் வாழ்க்கையில் ஓர் அங்கமாகிவிட்டது. விளையாடி வீடு திரும்பும்போது ஊரே கூடி உதைத்தது போல உடலில் வலி இருக்கும். மீண்டும் ஒரு வென்னீர்க் குளியல். பிள்ளைகள் இருவரையும் குளிப்பாட்டுதல். இளம்பிறையெல்லாம் விளக்கு வைக்கும் நேரத்தில்தான் பல் விளக்குகிறாள்.

அடுத்த நான்கு மணி நேரங்களுக்குப் பிள்ளைகளின் சுற்றி வளைப்பு. கூத்தடிப்பு. பத்து மணிக்கு மேல் எழுத ஆரம்பித்தால் திக்கித் திணறி தடவித் தடவி ஒரு மணி நேரம் எழுதுவேன். பிட்டியை ஓரிடத்தில் இருத்தி காவியம் படைப்பதெல்லாம் எவ்ளோ பெரிய காரியங்கள். அப்படியும் இந்தத் தற்சிறை நாட்களில் இரண்டு புத்தகங்கள் எழுதிவிட்டேன். அடுத்த இரண்டு மணி நேரங்கள் வாசிப்பேன். மேற்படி இரு

காரியங்களுக்கு மத்தியில் எட்டு தடவை உச்சா போவேன். பத்து தடவை தண்ணீர் குடிப்பேன்.

கரங்கள் செல்போனை எடுத்து திவ்யா துரைசாமியைப் பாரேன் பாரேன் எனத் துடிக்கும். பத்தாண்டுகளுக்கு முன் ஸ்டீவர்ட் என முடியும் அல்லது தொடங்கும் பெயர் கொண்ட வெள்ளை நடிகைகள்தான் இப்படிப் பாடாய்ப் படுத்தினார்கள். இப்போது திவ்யாக்களின் சீசன். திவ் துரை, திவ் திராவிடமணி, திவ் பிரவீன், திவ் பார்த்தா. நடுநிசியில் ஜெயமோகன் கடை திறந்திருக்கும். எட்டிப் பார்த்துவிட்டு யூட்யூபுக்குள் போய் பவா அல்லது எஸ்ரா அல்லது திருச்சி கல்யாணராமன். ஆரம்பித்த ஓரிரு நிமிடங்களுக்குள் கனவு.

ஒரு நாளாவது பாத்திரம் கழுவி வீடு துடைத்துக்கொடுக்கலாமென நினைப்பேன். இதுவே வாடிக்கையாகிவிட்டால்? நானெல்லாம் ஆணியத்திற்குத் தாலி கட்டிக்கொண்டவன். நான் பாத்திரம் விளக்குகிறேன் என்பதறிந்தால் ஆமீரகத்திலிருக்கும் ஆசிப் மீரானுக்குத் திட்டுமுட்டு அடிக்கும்.

சினிமாவோ அல்லது வெப் சீரிஸோ எனக்குக் கட்டுப்படியாவதில்லை. முக்கி முக்கி பசி, நாலு வேலி நிலம், சத்யா, செஃப் ஆகிய படங்களைப் பார்த்தேன். பக்குரா முபியில் என்னைவிட முக்கியது. தூக்கிப் போட்டுவிட்டேன். பின்தொடரும் நிழலின் குரல், அபிப்ராய சிந்தாமணி, புன்னகைக்கும் பிரபஞ்சம், இன்றைய காந்தி, காயத்ரி, இந்தக் கதையைச் சரியாகச் சொல்வோம் ஆகிய நூல்களை வாசித்தேன். புத்துயிர்ப்பு பாதியில் கிடக்கிறது. கடந்த இரு நூற்றாண்டுகளில் தமிழகத்தில் நடந்த ஜாதிக் கலவரங்கள் குறித்த ஆய்வுரைகள், கட்டுரைகள், ஆவணப்படங்கள், நூல்கள் என இணையத்தில் மிக மிக விரிவாக வாசித்தேன்.

நல்லவை:

வீட்டில் ராஜஸ்தான் பத்திரிகா உள்பட கோவையில் கிடைக்கும் அனைத்து நாளிதழ்களும் வாங்கப்படுகின்றன. திருக்குறளரசி

தினமும் எட்டு நாளிதழ்கள் வாசிப்பவள். நானும் துட்டு போகிறதேயென்று ஒரே செய்தியை எட்டுக் கோணங்களில் வாசிக்கும் வழக்கம் கொண்டிருந்தேன். இப்போதெல்லாம் தனக்கிணை இல்லாத தி ஹிண்டு ஆங்கிலத்துடன் செய்திப் பசியை நிறுத்திக்கொண்டுவிட்டேன். தொலைக்காட்சியா... அது எப்படி இருக்கும்.

மாவீரன் எடப்பாடியார் வீடடைடா மரமண்டை என உத்தரவிடும்போது எடை 73. இப்போது 69. அளவாய் உண்டு, அதிகமாக விளையாடியதன் விளைப்பயன். ஜெய் அதிஷா குருராயா.

போன் பண்ணினால் எடுக்க மாட்டான் எனும் அவப்பெயர் இருந்தது. அழைக்கும் நண்பர்களிடம் ஆற அமர பேசுகிறேன். வேலை முடித்து வீடு திரும்பிய பின் எரிந்து எரிந்து விழுவேன். எப்படியும் ஒரு சண்டை வரும். இப்போதெல்லாம் சிரித்த முகமும் சீதேவியுமாக இருக்கிறேன். வாட்ஸாப் கிடையாதென்பதால் மென்டல்களின் தாக்குதல் இன்றி முன்னூறு பக்கங்களுக்கு மேல் எழுதியிருக்கிறேன்.

அல்லவை:

வீட்டிலிருப்பவர் தவிர பிறிதொரு மானுட முகத்தைப் பார்த்து இருபது நாளாகிறது. வெளிவேலைகள் எல்லாம் திருக்குறள்தான். அபார்ட்மென்டுக்குள்ளேயே எனக்கு ஆர்ப்பாட்டமான நட்பு வட்டம் உண்டு. யாரும் அன்னந்தண்ணி புழங்காமல் இருப்பது ஏக்கமளிக்கிறது.

இன்ஸ்டாகிராமில் நடிகைகளின் வாழ்க்கைமுறையைப் பார்த்து வயிறெரியும் புது வழக்கம் ஒன்று உருவாகியுள்ளது. வீடென்ன, காரென்ன, தோட்டமென்ன, வீட்டுக்குள்ளே ஜிம்மென்ன, ஜிம்மியென்ன. ஒரு படம் நடித்தவரெல்லாம்கூட. சரி வேண்டாம்.

மேனாள் தோழியர்கள் ஏதோ போப்பாண்டவரிடம் பாவமன்னிப்பு கேட்பது போல அர்த்தராத்திரிகளில்

அனுப்பும் குறுஞ்செய்திகளுக்கெல்லாம் நான் வீட்டம்மனிடம் முழந்தாளிட்டு விளக்கமளிக்க வேண்டியுள்ளது. ஏம்மா மனுஷனுக்கு ஒரு கொரோனா பத்தாதாம்மா?

திட்டங்கள்:

தமிழகத்தில் கிறித்தவம் வந்த கதையும் வளர்ந்த கதையும் குறித்து துப்புரவாக வாசிக்க வேண்டும். கோரா, கொற்றவை, புத்துயிர்ப்பு ஆகிய மூன்றும் அடுத்த முப்பது நாட்களுக்குள் முடித்தாக வேண்டும். சொல்முகத்திற்குக் கொடுத்த சத்தியம் அப்படி. நாஞ்சில் பேரன் சித்தார்த் மகாபாரதம் பார்க்கிறான். அவனுக்கு முன்பு அவற்றைப் பார்த்தாக வேண்டும். ஜெயமோகனின் புனைவுக்களியாட்டுக் கதைகள், சாருவின் பூச்சி தொடர் கட்டுரைகள், அரு அறிவியல் புனைகதைகள், அயோத்திதாசர், கோகுல் பட்டியலிட்டுள்ள படங்களில் இயன்றவை, ஓபரா, கீதை உரை எனச் சில திட்டங்கள் கழுத்திற்கு உள்ளது. எழுதுவதற்கான திட்டங்கள் யோசனை சும்மா மஞ்சு வாங்குதாம் ரகங்கள்.

கையிருப்பு தீரும் மட்டும் கவலை இல்லை.

அமேசிங் அனுபவங்கள்

என் நெடுநாள் விருப்பமெல்லாம் நாவல் எழுதுவது. அதை எனக்குப் பிடித்த மாதிரி எழுதுவது. அதற்குரிய தன்னம்பிக்கை இன்றும் வந்துவிடவில்லை. தமிழில் டைப்படிக்கத் தெரியும் ஒரே தகுதியுடன் வலைப்பூ ஆரம்பித்து, தளராத தன்னம்பிக்கையுடன் எழுதிக்கொண்டிருந்ததெல்லாம் ஓர் ஆசிரியனை எதிர்கொள்ளும் வரைதான். பிறகு நீங்கள் எதை எழுதினாலும் மானசீகமாக உங்கள் ஆசிரியனை நோக்கித்தான் எழுதுவீர்கள். அவர், கீழ் உதட்டைப் பிதுக்கிவிட்டு அடுத்த சோலியைப் பார்க்கப் போய்விடுவார் எனும் கலக்கம் இருந்துகொண்டே இருக்கும். அது நல்லது. கேவலப்படாமல் காப்பாற்றக்கூடியது.

ரொம்ப நாட்கள் எழுதாமலிருந்தது ஒருவகையான சூனித்தனமாகப் பட்டால் பாலைநிலப் பயண அனுபவத்தை, ஒரு சிறு கட்டுரையாக எழுத ஆரம்பித்து எழுத எழுதப் பெருகிப்போனது. குழுமத்தில் தொடராகப் போட்டால் ஆறு பேர் படிப்பார்கள். கிண்டிலில் போட்டு ஆழம் பார்ப்போமே என நினைத்தபோது கைவிளக்காக இருந்தது விமலாதித்த மாமல்லன் எழுதிய 'அமேஸானில் இ-புத்தகம் வெளியிடுவது எப்படி?' புத்தகம். எவ்விதத் தடுமாற்றமும் இன்றி நூலை

வெளியிட முடிந்தது. ஜெயமோகன், நாஞ்சில்நாடன், சாரு நிவேதிதா, பா.ராகவன் உள்ளிட்ட என் ஆதர்சங்களின் பாராட்டுகள் அளித்த உத்வேகத்தில் அடுத்தடுத்து நூல்களை வெளியிட்டேன். ஒவ்வொரு நூலையும் எழுதி முடித்ததும் என் மனதிற்குகந்த நரேன், வெண்பா, கடலூர் சீனு, ஸ்ரீனிவாச கோபாலன் ஆகியோருக்கு அனுப்புவேன். அவர்கள் சொல்லும் கருத்துகளை அப்படியே ஏற்பேன். நிற்க, இக்கட்டுரையின் மையப்பொருள் நான் எப்படி நூல்கள் எழுதினேன் என்பதல்ல. எப்படி விற்றேன் என்பதைப் பற்றி.

இதை எழுதும் நிமிடத்தில் நான்கு நூல்களும் சேர்ந்து 612 பிரதிகள் விற்றுள்ளன. 50,183 பக்கங்கள் பேஜ் ரீடில் வாசிக்கப்பட்டுள்ளன. என்னைப் போன்ற அட்ரஸ் இல்லாத ஒருவனின் நூல்கள் சமகால நடைமுறைப்படி பிரிண்ட் ஆன் டிமாண்டில் தலா 50 பிரதிகள் அச்சடிக்கப்பட்டிருக்கும். சென்னை புத்தகத் திருவிழாவில் 10, ஈரோட்டில் 8, மதுரையில் 4. மிச்சம் மீதியை கோவை புத்தகத் திருவிழாவில் நானே வாங்கி வினியோகிக்க வேண்டியிருந்திருக்கும். பேஜ்ரீடையும் வகுத்துப் பார்த்தால் தோராயமாக 1000 பிரதிகள் விற்பனை என்பது கனவிலும் சாத்தியம் இல்லை.

இதைவிட இனிய ஆச்சர்யம் மதிப்புரைகள். நான்கு நூல்களுக்கும் சேர்த்து நூற்றுக்கும் மேற்பட்ட மதிப்புரைகள். வாசிப்பது எப்படியால் ஊக்கம் பெற்ற ஒருவர் அதன் மதிப்புரைகளுக்கென்றே தனி இணையதளம் தொடங்கித் தொகுத்துவருகிறார். இன்னொரு வாசகத்தோழி நூலை ஆங்கிலத்தில் மொழிபெயர்த்துள்ளார். இத்தனைக்கும் எந்த சமகாலப் பெருஊடகத்திலும் என் நூல்களைப் பற்றி ஒரு வரி எழுதப்படவில்லை.

நான் செய்த புத்திசாலித்தனமான காரியம் மனைவியின் பாதாரவிந்தங்களில் சரணடைந்துதுதான். திருக்குறளரசியின் அர்த்தமண்டபம் ஒரு மக்கள் தொடர்பு நிறுவனம். கொங்கு மண்டலத்தின் முதன்மையான பிராண்டுகள் என நீங்கள்

ஐம்பதைப் பட்டியலிட்டால் அதில் சரிபாதி நிறுவனங்களுக்கு அர்த்தமண்டபம் சேவையளித்துவருகிறது. தவிர, கலை பண்பாடு தொழில்துறை சார்ந்த இன்ஃபோடெய்ன்மென்ட் நிகழ்ச்சிகளையும் நடத்திவருகிறது.

திருக்குறள் ஒரு செயல்திட்டம் வகுத்தாள். டிவைஸ்களில் மட்டுமே படிக்கக் கூடிய நூல்களுக்கு டிவைஸ்களில் மட்டும்தான் மார்க்கெட்டிங் செய்ய வேண்டும் என்கிற தெளிவுடன். அச்சு நூல்களை மட்டுமே வாசிக்கும் மரபான வாசகர்கள் கிண்டிலுக்கு வர ரொம்பக் காலம் ஆகும். பயங்கரமான டெக்னாலஜி ஜித்தன்களெல்லாம் கூட இன்னமும் கிண்டில் செயலி பற்றி அறியாதிருக்கிறார்கள்.

கடந்த பத்தாண்டுகளில் பல்வேறு கலை இலக்கியப் பண்பாட்டு நிகழ்ச்சிகளுக்காகத் திரட்டிய வாசிப்பவர்களின் டேட்டாபேஸ் முறையாகப் பராமரிக்கப்பட்டு அர்த்தமண்டபம் வசம் இருந்தது. நூல்கள் வெளியாகும்போது வாசகர்களுக்கு வாட்ஸாப், எஸ்எஸ்எம்மெஸ், மின்னஞ்சல்கள் பறந்தன. தமிழ் எழுத்தாளர்களின் பார்வை வளையத்திற்குள்ளேயே இதுவரை வராத 'புக்ஸ்டாகிராமர்கள்' எனும் இனத்தைக் கண்டுபிடித்தாள். அவர்கள் முப்பது வயதிற்கு மிகாதவர்களாகவும், திருட்டு பிடிஎஃப்களுக்கு அலையாதவர்களாகவும், நூல்களைக் காசு கொடுத்து வாங்கி வாசிப்பவர்களாகவும், வாசித்த அபிப்ராயத்தை நேர்மையாகப் பகிர்கிறவர்களாகவும் இருக்கிறார்கள். ஃபேஸ்புக்கில் தனிப்பக்கம் ஆரம்பிக்கப்பட்டு சோஷியல் மீடியா மார்க்கெட்டிங் இப்போது சூடு பிடித்திருக்கிறது. வாசிப்பது எப்படி நூலை அச்சடித்துக் கொடுத்தால், வருடத்திற்கு லட்சம் பிரதிகள் விற்குமளவிற்கு சந்தைத் தேவை இருக்கிறதென்கிறாள்.

இந்தக் காட்டடியின் விளைவுகள் ஆச்சரியமானவை. இயக்குனர்கள், நடிகைகள், பாகவதர்கள், விதுஷிகள், நர்த்தகிகள், விளையாட்டு வீரர்கள், மந்திரிகள், மாவட்டங்கள், கவுன்சிலர்கள் எனப் பலரும் வாசித்துக்கொண்டுதான் இருக்கிறார்கள். இவர்கள் ஏன் மறந்தும் பொதுவெளியில் ஒரு தமிழ் எழுத்தாளனைப்

பற்றியோ, தமிழ் நூல்களைப் பற்றியோ பேசுவதில்லை என்பது ஆச்சரியமாக இருந்தது. கேட்டேவிட்டேன். 'தோணலை' என்றார் ஒரு வீரர். 'அப்படியெல்லாம் பேசுனா சீன் போடறது மாதிரி ஆயிடுதுல்ல' என்றார் ஒரு உஸ்தாத். ('நகுமோ லேய் பயலே' கருநாடக சங்கீதத்தைக் கிண்டல் செய்யும் நூல் எனக் கருதி, பதறியடித்துச் சில இசைவாணர்கள் நூலை வாசித்து, பின் சிரித்து சஹவித்வான்களுக்கும் பகிர்ந்துள்ளார்கள்). அணில், ஆமை, கிளி, எலிகள் சூழலை நிறைத்துள்ளன, நீங்களாவது எழுதுகிறவர்களுக்கு வெளிச்சம் தாருங்களய்யா.

பிரஸ்தாபங்கள் எனக்கே போரடிக்கிறது. கிண்டிலில் புத்தகம் போட விழைபவர்களுக்கு என் அனுபவத்தில் இருந்து சில டிப்ஸ்:

1) ஆரம்பத்தில் உங்கள் சுற்றத்தைத் தவிர வேறு யாரும் உங்கள் நூல்களை வாங்க மாட்டார்கள். ஆகவே, அவர்களுக்கு நூல் வெளியான தகவலைத் தெரியப்படுத்தத் தவறாதீர்கள். எழுதுகிறவனே நூலைக் கூவி விற்பது நிச்சயம் கூச்சமளிக்கக் கூடியது. அந்தப் பொறுப்பை மிக வேண்டிய மற்றொருவரிடம் ஒப்படையுங்கள்.

2) அட்டைப்படத்தை நீங்களே வடிவமைத்துக்கொள்ளும் வசதியை கிண்டில் தருகிறது என்றாலும் அதைச் செய்யாதீர்கள். அட்டைப்பட வடிவமைப்பாளரிடம் பொறுப்பைக் கொடுங்கள். என் நூல்களின் வெற்றியில் பாதி சந்தோஷ நாராயணனுக்கு இருக்கிறது. அட்டையைப் பார்த்துத்தான் புத்தகத்தை வாங்கினேன் என இன்ஸ்டாகிராமில் பலரும் குறிப்பிட்டுள்ளார்கள்.

3) எழுதியவனே பிழைதிருத்தம் செய்வதும், எடிட் செய்வதும் ஓர் எல்லைவரைதான் பயனளிக்கும். தொழில்முறைப் பிழைதிருத்துனர்கள் அல்லது நண்பர்களின் துணையை நாடுக. நூல் தப்பும் தவறுமாக இருக்கிறதென்று வாசகர்கள் புகார் செய்தால் அமேஸான்காரன் அப்படியே கேட்பான். மானம் போகும்.

4) இணையத்தில் ஏற்கனவே எழுதியவற்றைத் தொகுப்பதை விட நேரடி நூல்களை எழுதி வெளியிடுவதே நல்லது. நம்மைத் தொடர்ச்சியாக வாசித்து வருபவர்களுக்கு, தொகுத்த புத்தகம் அயர்ச்சியளிக்கிறது என்பதைத் தாமதமாகவே புரிந்துகொண்டேன். இந்த அறிவுரை தமிழின் முதன்மைப் படைப்பாளிகளுக்குப் பொருந்தாது. அவர்களுடைய ஆக்கங்கள் மீண்டும் மீண்டும் வாசிக்கத்தக்கவை.

5) நான் பத்தாண்டுகளாக அச்சு ஊடகங்களில் எழுதி வருபவன். விகடனும் குங்குமமும்தான் சன்மானம் அளித்த இதழ்கள். மற்றவை 'வாய்ப்பு' நல்கியவை. நான் ஆண்டிற்கு முப்பதாயிரம் ரூபாய்களுக்குப் புத்தகங்கள் வாங்குபவன். லட்சம் ரூபாய்க்குப் பயணம் செல்பவன். இனி என் நூல்களின் ராயல்டி அச்செலவுகளைப் பார்த்துக்கொள்ளும். ஆனால், இந்த ராயல்டி மயக்கத்தில் தெருமுனைக்கு வந்து 'இனி ஞான் எழுதட்டே' என அறிவித்துவிடுவது லிவருக்கு நல்லதல்ல. ஏன் என்பது அடுத்த பாராவில்.

6) உங்கள் நூலைப் பற்றி நான்கு பேர் பாராட்டியதும் கீழ்மகன்கள் அதைத் திருடி பிடிஎஃப் நூலாக்கி டெலிகிராமிலும் வாட்ஸாப்பிலும் ஊர் மேய விடுவார்கள். அந்தத் திருட்டுக் குமரன்களைப் பற்றி பா.ராகவன் முதல் பாலகுமாரன் புதல்வர் வரை விட்ட சாபங்களை நீங்கள் அறிந்திருப்பீர்கள். எனது புத்தகமும் திருடப்பட்டு சுற்றுக்கு விடப்பட்டது. 'வெளியாகி சில நாட்களில் இப்படிச் செய்கிறீர்களே, நியாயமா?' என நான் கேட்டபோது, நேரடியாக சவால் விடப்பட்டது 'ங்கோத்தா... அப்படித்தான்டா செய்வோம்... நீதான் எழுதினேங்கிறதுக்கு என்னடா ஆதாரம் இருக்கு?' - அடுத்தடுத்த நூல்கள் திருடப்பட்டு வெளியானது. எழுத்தாளர்களின் ஈரலையறுத்து உண்ணுபவர்களுக்காகவே உருவானது டெலிகிராம். நீங்கள் எவ்வளவு முறை ரிப்போர்ட் செய்தாலும் பயன் இருக்காது. எஸ். ராமகிருஷ்ணன், ஜெயமோகன், சாரு நிவேதிதா, பா.ராகவன் போன்ற முழுநேர எழுத்தாளர்களின் 75 சதமான நூல்கள் திருடப்பட்டுவிட்டன. இவர்களில் சிலருக்காவது சினிமா,

சீரியல் வருவாய் உள்ளது. சாருவிற்கு அதற்கும் வாய்ப்பில்லை. நூல்களின் ராயல்டியை மட்டுமே நம்பி வாழ்ந்த காலம் சென்ற எழுத்தாளர்களின் குடும்பங்கள் நடுத்தெருவிற்கு வந்துவிட்டன. இந்த டிவிடி புத்திரர்களை யாராலும் ஒன்றும் செய்யமுடியாது என்பதே நிதர்சனம். 100 கோடி ரூபாய் செலவில் வரும் சினிமாவையே காப்பாற்ற முடியவில்லை என்பதை இத்துடன் இணைத்துச் சிந்திக்கலாம். திருட்டு பிடிஎஃப்பில் வாசிப்பது, திருட்டு பிடிஎஃப்பைப் பகிர்வது எழுத்தாளனின் இரத்தத்தைக் குடிப்பது என்பதை வாசகன் உணர்ந்தாலன்றி விளைவில்லை. இதற்கு முன்பு வாசித்திருந்தால்கூட அந்த எழுத்தாளனுக்கோ அவன் குடும்பத்திற்கோ உரிய தொகையை அனுப்பிவைப்பதொன்றே பாவத்திற்கான பிராயச்சித்தம்.

7) இலவசம் ஒருபோதும் அறிவிக்காதீர்கள். இரண்டு காரணங்கள். இலவசத்தில் வாங்குபவர்களில் 99% பேர் படிப்பதில்லை. மீத 1% திருட்டு பிடிஎஃப் கோஷ்டி. அவர்கள் வாயில் நாமே ஹல்வாவை உருட்டி ஊட்டுவதைப் போல.

8) அமேஸானின் ராயல்டி அணுகுமுறை ஒரு பகல் கொள்ளை. நியாயமற்றது. பேஜ்ரீடுக்கு வழங்கும் பைசா கணக்குகளும் எனக்கு உவப்பில்லாதவை. ஆனால், இப்போதைக்கு வேறு வழியில்லை. அன்லிமிடெட் ஆப்ஷன் நூலின் வாசகப்பரப்பை அதிகப்படுத்தினாலும், ராயல்டியை மட்டுப்படுத்துகிறதோ எனும் சந்தேகம் எனக்குண்டு. ஒரு நூலை விற்பனைக்கு மட்டும் என்று வெளியிட்டு ஆய்ந்து பார்க்க வேண்டும்.

9) ஏற்கெனவே அச்சில் நூல்களை வெளியிட்டவர்கள் கிண்டில் ராயல்டியைப் பார்த்துவிட்டு தத்தம் பதிப்பாளரைத் திருடன் எனத் திட்டாதீர்கள். தரமான இலக்கிய ஆக்கங்களைப் பிரசுரிக்கும் பெரும்பாலான பதிப்பகங்கள் கடனில் தத்தளிக்கின்றன. பதிப்பாளர்களின் வாழ்க்கைத் தரம் நம் அலுவலகங்களின் கடைநிலை ஊழியனின் வாழ்க்கைத் தரத்தைவிடப் பரிதாபகரமானது. 50 பிரதிகள் அச்சு நூலை 10 வருடங்களுக்குத் தூக்கிச் சுமக்கவேண்டும். நமது

நாட்டின் பெரும்பாலான புத்தகக் கடைகள் திருடர்களால் நடத்தப்படுகின்றன. சுத்தமாகக் கணக்கு முடிப்பவர்கள் ஓரிருவர்தான். எந்தப் புத்தகத் திருவிழாவிலும் கடை வாடகை, ஆள் சம்பளம், உணவு, தங்குமிடம், போக்குவரத்துச் செலவு, திருடு போகும் புத்தகங்கள் என கணக்குப் போட்டுப்பார்த்தால் குன்மம் வந்துவிடும். நட்டம் வந்தால் இந்தத் தொழிலைச் செய்வானா என்று மூக்கு புடைக்கக் கூடாது. இதெல்லாம் ஒரு கோட்டி. அவ்வளவுதான்.

10) நீங்கள் மதிப்புரைக்காக ஒருவருக்கு நூலை அனுப்புகிறீர்கள். படித்துவிட்டார்களா என மீண்டும் அழைத்து நினைவூட்டாதீர்கள். சங்கடங்கள் வந்து சேரும். போலவே பிரபலஸ்தர்களின் முன்னுரைகளுக்காகக் காத்திருக்காதீர்கள். நயா பைசா பிரயோசனம் கிடையாது. ஒரு வாசகனாக அறியப்பட்டவனின் சிறு குறிப்புகூட உங்கள் நூலின் விற்பனைக்குப் பெருமளவில் பயன்படும். ஆனால், முன்னுரை... பச். அது போலவே அமேசானில் ரேட்டிங் போடச் சொல்லி நண்பர்களை வற்புறுத்தாதீர்கள். அம்மஞ்சல்லிக்குப் பிரயோசனமில்லை.

11) வீடடங்கு தற்சிறைவாசத்திற்குப் பிறகு டிஜிட்டல் ரீடிங் அதிகரித்துள்ளது. இந்தத் திடீர் வாசகப் பரப்பிற்குத் தீனி போட நல்ல நூல்களின் தேவை அதிகரித்துள்ளது. பயன்படுத்திக்கொள்ளுங்கள்.

12) என்னுடைய டிப்ஸ்களால் பலனடைந்தவர்கள் அன்பைப் பணமாகவோ பொருளாகவோ கொடுக்கலாம். மறுக்காமல் ஏற்றுக்கொள்வேன். வருவாய்க்கு வழியற்ற கொரோனா நாட்களில் ஏழை எழுத்தாளர்களின் நிலையை நான் தனிப்பட்டு விளக்க வேண்டியதில்லை.

★

சொல்முகம்

ஒரு புக் க்ளப் ஆரம்பிக்கலாம் எனும் யோசனையை மொழிபெயர்ப்பாளர் நரேன்தான் முதலில் சொன்னார். அமெரிக்காவில் பல காலம் வாழ்ந்தவர். அங்கே புத்தகச் சங்கங்கள் பலவற்றில் செயலூக்கத்துடன் ஈடுபட்டவர். ஜெயமோகனின் வாசக நண்பர்கள் ஏற்கெனவே பாண்டிச்சேரி, சென்னை, காரைக்குடி, ஈரோடு உள்ளிட்ட பல நகரங்களில் மாதாமாதம் சந்தித்துக் கொண்டிருந்தார்கள். கோவையிலும் கூடுகைகள் நிகழலாம் என்பது நரேனின் எண்ணமாக இருந்தது.

'கோயம்புத்தூர் புக் க்ளப்' என்பது இந்தியாவின் புராதன வாசக அமைப்புகளுள் ஒன்று. 1966-இல் தொடங்கி இன்றளவும் மாதாமாதம் முதல் ஞாயிறு அன்று சந்தித்துக்கொண்டிருக்கிறார்கள். ஆனால், அதிகமும் ஆங்கிலத்தில் வாசிப்பவர்கள். இவை தவிர இலக்கியச் சந்திப்பு உள்ளிட்ட சில அமைப்புகளின் கூடுகைகள் மாதம் தவறாமல் நடந்துகொண்டுதான் இருந்தன.

எதிலும் உடனடியாக அலுத்துவிடுவது என்னுடைய இயல்பு. எம்போன்ற மண்குதிரைகளை நம்பி ஆரவாரத்துடன

ஆரம்பிக்கப்பட்டு விரைவில் தேய்ந்தழிந்துவிடக் கூடாது என்பது என் எண்ணமாக இருந்தது. ஆனால், நண்பர்கள் தீவிரமாக இருந்தார்கள். நான் சுரா தொடங்கி நடத்திய காகங்கள் கூட்டத் தொடர் பற்றி வாசித்திருந்தேன். ஞானியின் கேணிக்கும் அவ்வப்போது சென்றதுண்டு. ஆகவே யாரெல்லாம் உறுப்பினராக இருக்கலாம், சந்திப்பின் நோக்கம் என்ன, எதை வாசிக்கப்போகிறோம், விவாதத்தின் நெறிமுறைகள், நிகழ்முறை ஆகியவற்றைப் பற்றிய நெறிகள் துல்லியமாக வகுத்துக்கொள்ளும்படி நரேனிடம் கேட்டுக்கொண்டேன்.

தமிழிலும் இந்திய மொழிகளிலும் உலக மொழிகளிலும் உள்ள செவ்விலக்கிய நாவல்களை வாசிப்பது, அவரவர் வாசிப்பைத் தலா பத்து நிமிடங்கள் முன்வைத்து விவாதிப்பது, படைப்பின் அத்தனை நுட்பங்களையும் கூடுமானவரை அள்ளிக்கொள்ள முயற்சிப்பது, பல்கோண வாசிப்பின் வழியாகத் தவறவிட்டவற்றை நிரப்பிக்கொள்வது என்றும் தீர்மானமாகியது. தேர்ந்தெடுக்கப்படும் நூல் முன்னரே அறிவிக்கப்படும். வாசிக்காதவர்கள் கூட்டத்திற்கு வரக்கூடாது. ஜெயமோகன் ஒருங்கிணைக்கும் கூடுகைகளுக்கென்று ஆகிவந்த விதிகளும் விழுமியங்களும் கடைப்பிடிக்கப்படவேண்டும் என முடிவாகிற்று. தத்தம் வாசிப்பைக் கட்டுரையாக்கி ஒரே இணையதளத்தில் தொகுப்பது பிற்காலத்தில் அந்நூல்களைப் பற்றித் தேடுபவர்களுக்குப் பயனளிக்கும் என்றும் முடிவு செய்தோம்.

அதன்படி சொல்முகம் வாசகர் குழுமம் உருவாகியது. டைனமிக் நடராஜனுக்குச் சொந்தமான தோட்டம் தொண்டாமுத்தூரில் இருந்தது. அங்கே ஒரு கெஸ்ட் ஹவுஸும் உண்டு. அங்கு சந்திப்பை நடத்திக்கொள்ள மனமுவந்தார். ஓரொரு மாதமும் இறுதி ஞாயிறென்று முடிவானது. காலையில் பத்து மணிக்குத் தொடங்கி மதியம் ஒரு மணி வரை. கொறிக்க கடிக்க இனிய தின்பண்டங்களை ஓரொரு மாதமும் ஒருவர் பொறுப்பேற்றுக்கொள்வது. மே மாதம் நடந்த முதல் கூட்டத்தில் தொழிலதிபரும் இலக்கிய ஆர்வலருமான டி. பாலசுந்தரம்

கலந்துகொண்டு உலகளவில் புக் ரீடர்ஸ் க்ளப்புகள் எங்ஙனம் செயல்படுகின்றன எனத் தொடக்க உரையாற்றினார். அதன் பிறகு, கொரானா வீட்டங்கு வரை மாதம் தவறாமல் சந்திப்புகள் நிகழ்ந்துவருகின்றன. தொடக்கம் முதலே 15 முதல் 25 நபர்கள் வருகை தந்து கொண்டிருக்கிறார்கள். ராமேஸ்வரத்தில் இருந்துகூட ஒருவர் மாதாமாதம் வருகிறார்.

படைப்பு உருவான சூழல், அதன் வரலாற்றுப் பின்னணி, எழுத்தாளரின் ஆளுமை மற்றும் படைப்புகள் குறித்த பிற குறிப்புகள், இலக்கிய வகைமை, நுட்பங்கள், நுண்ணிய உள்மடிப்புகள், நாடகீயமான தருணங்கள், ஆன்மிகமான கேள்விகள், பாத்திர உருமாற்றம், பாத்திரங்களுக்கு இடையேயான ஒப்புமைகள், நூல் முன்வைக்கும் தரிசனங்கள், விவாதிக்கும் நூலையொட்டி வாசிக்க வேண்டிய துணை நூல்கள் என ஒரு வைரக்கல்லின் அத்தனை பட்டைகளின் வழியாகவும் ஊடறுத்துச் செல்லும் ஒளியை உள்வாங்கிக்கொள்ளும் முயற்சி.

இதுகாறும் புயலிலே ஒரு தோணி, கடலுக்கு அப்பால், ஓநாய் குலச் சின்னம், மண்ணும் மனிதரும், மதகுரு, மீசான் கற்கள், அக்னி நதி, என் பெயர் சிவப்பு, குழந்தைகள் பெண்கள் ஆண்கள் உள்ளிட்ட நாவல்கள் விவாதிக்கப்பட்டுள்ளன. மார்ச் மாதத்திற்கு கோரா, ஏப்ரலுக்குக் கொற்றவை என முடிவு செய்திருந்தோம். கொரோனாவினால் சந்திக்க இயலாமற் போய்விட்டது.

நண்பர்கள் சந்தித்து நெடுநாட்கள் ஆகிவிட்டதால் இன்று ஸ்கைபில் சந்தித்து உரையாடலாம் என முடிவு செய்தோம். கொரோனா தினங்களில் நண்பர்கள் வாசித்த நூல்களைப் பற்றிய விவாதமாக அமைத்தோம். ஜெயமோகனின் புனைவுக்களியாட்டுக் கதைகள், நாஞ்சில்நாடனின் சங்கிலி பூதத்தான், சுதந்திரத்தின் நிறம், சுமித்ரா, கங்கை கொண்ட சோழபுரம், புன்னகைக்கும் பிரபஞ்சம், பின்தொடரும் நிழலின் குரல், தாய்மண் (குட் எர்த்), சம்ஸ்காரா, கதை கேட்கும் சுவர்கள், ஹிஸ்டரி ஆஃப் தி வேர்ல்டு பை

சிக்ஸ் க்ளாஸஸ், ரினாய்சன்ஸ் ஆஃப் இந்தியா, வரப்புகள், நைவேத்யம், வண்ணநிலவன் கதைகள் என அவரவர் வாசித்த நூல்களைப் பற்றிய அபிப்ராயத்தை 12 பேர் விவாதித்தோம். ஆச்சர்யகரமாக எவ்வித இடையூறுமின்றி விவாதங்களுடன் துல்லியமான தொழில்நுட்பத் தரம் இணைந்திருந்தது. ஒருவர் பேசுகையில் பிறர் தங்களது வீடியோ மற்றும் ஆடியோக்களை அணைத்து வைக்கும் வழக்கம் இருந்தால் இதுபோல பயனுள்ள விவாதங்களை மேற்கொள்ள முடியும்.

சுராவின் காகங்கள் 77-இல் தொடங்கி 83ஆம் ஆண்டுவரை நடைபெற்றது. மொத்தம் 88 கூட்டங்கள். ஒருவர் கட்டுரை வாசிக்க அதன் மேல் பிறர் விவாதங்களை முன்வைக்க எனும் வடிவில். பெரும்பாலான கூட்டங்களைப் பற்றி அ.கா. பெருமாள் குறிப்பெடுத்து வைத்துள்ளார். 'காகங்களின் கதை' என அக்குறிப்புகள் நூல் வடிவம் பெற்றுள்ளன. இத்தகைய சந்திப்புகளின் பயன்மதிப்பு என்ன என்பதை அங்கிருந்து உருவாகி வரும் மதிப்பீடுகளும் படைப்பாளிகளுமே காலத்திற்கு காட்டிச் செல்கிறார்கள். சொல்முகத்தின் முதல் கூட்டத்தில் தன் அபிப்ராயங்களைத் தயங்கித் தயங்கி முன்வைத்தவர்கள், உதிரி உதிரியாகச் சொற்களை உதிர்த்தவர்கள் பலரும் இன்று தீவிரமாக எழுதத் தொடங்கியுள்ளார்கள் என்பது மகிழ்வளிக்கக் கூடியது.

சொல்முகம் இணையதளம்: *https://solmugam.home.blog/*

வீடடங்கு நாட்களில்,
இளம்ஸ் சகோதரிகளின் ஒரு நாள்!

பலருக்கும் பிள்ளைகளைச் சமாளிப்பது பெரும்பாடாக இருக்கிறதென்பதை அறிகிறேன். பெங்களூரு நண்பன் சுதர்ஸன் மனைவியை ரீட்டெய்ன் செய்துகொண்டு பிள்ளைகளை டைவர்ஸ் பண்ண சட்டத்துல இடம் இருக்குதா என்று கேட்கும் அளவிற்கு. அவன் பாவம் ஐட்டி புள்ள. அவ்ளோதான் அறிவு இருக்கும். எங்கள் வீட்டில் நாட்டியப் பேர்வழி இளவெயினி தனது அன்றாடங்களை எப்படிச் செலவு செய்கிறார் என்பதைப் பற்றிச் சிறுகுறிப்பு எழுதினால், எனது நூல்களைக் கிண்டிலில் வாங்கி ஆறாயிரம் ராயல்டி கிடைக்கச் செய்த நல்லுள்ளங்கள் இவர்களை கொரோனா அண்டாது; சத்தியம் பயன்பெறுமே என்று பகிர்கிறேன்.

காலை 7:00   7:30

25 தோப்புக்கரணம். அதில் 15 காதுகளை முறையாகப் பிடித்துக்கொள்ளாமல் போங்கு & யோகா (பாருங்கம்மா.. இளம்பிறை யோகா மேட்டுலயும் உச்சா போயி வச்சிருக்கா...)

காலை 7:30 8:30

காலைக்கடன், குளியல். இளம்பிறை பல் தேய்த்தாளா என்பது இரண்டு கட்ட சோதனைகளாக உறுதி செய்யப்பட்ட பின் காலை உணவு வழங்கப்படும். கூடவே, அந்த நாளைப் பொறுப்புடன் செலவழிக்கச் சொல்லும் அம்மாவின் அரிய கருத்துகள்.

காலை 8:30 9:00

செடிகளுக்கு நீரூற்றுதல், முந்தைய நாள் விளையாடி வீசிவிட்டுச் சென்ற விளையாட்டுச் சாமான்களை ஒதுங்க வைத்தல்.

காலை 9:00 10:00

தங்கை இளம்பிறையுடன் விளையாட்டு. கிச்சன் செட், டாக்டர் பேஷண்ட், டீச்சர் கேம், அப்பா ஆபீஸ் கேம். இந்த கேமில் மேலாளர் இளவெயினி செல்வேந்திரனாக நடிக்கும் இளம்பிறையைப் பார்த்து, 'மாடு மாதிரி வளர்ந்துருக்கியே ஒரு சூராச்சும் இருக்கா?' என மனம் போனபடி வைவார். 'வாஸ்தவம்தான்' என்பார் இளம்பிறை.

காலை 10:00 10:15

பொதுவாக மேற்கண்ட விளையாட்டுகள் 'நீ எனக்கு அக்கா இல்ல / நான் உனக்குத் தங்கச்சி இல்ல' எனும் அளவிற்குப் போரில்தான் முடியும். ராஜமாதா தலா இரண்டு அடிகள் முதுகில் கொடுப்பார்.

காலை 10:15 11:30

ஆங்கிலப் புத்தகங்கள் வாசிப்பு. ரஸ்கின் பாண்ட், டாக்டர் சூயஸ், ஜெஃப் கின்னி, விவேக் தேசாய் ஆகியோர் பிரியத்திற்குரிய மன்னிக்கவும் வழிபாட்டுக்குரிய எழுத்தாளர்கள்.

காலை 11:30 12:30

நடனம். முதல் 15 நிமிடங்களுக்கு சாஸ்திரிய சங்கீதத்திற்கு பரதப் பயிற்சி என்றுதான் நிகழும். பக்கத்து ரூமில் இருக்கும் அமெச்சூர் எழுத்தாளன் உள்ளே புகுந்ததும் கிராமியப் பாடலுக்கு

வெஸ்டர்ன், விஜய் ஓபனிங் சாங்குகளுக்குக் குரங்குகள், காருக்குறிச்சியாரின் இங்கிலிஷ் நோட்ஸுக்குக் கவுண்டமணி நடனம், கட்டடம் கட்டிடும் சிற்பிகள் நாம் பாடலுக்குப் பரதநாட்டியம், மூட் ஃபார் லவ் இசைக்கோவைக்குத் தேவராட்டம், குத்துப் பாடல்களுக்கு முயல், சிங்கம், கரடி, மலைப்பாம்பு, மான்கள் சேர்ந்து ஆடுவது என நிலவரம் கலவரம் ஆகும். நம்பமறுப்பவர்களுக்காக ஒரு வீடியோ இணைக்கப்பட்டுள்ளது.

கலை அள்ளியள்ளிப் பருகவேண்டிய அமுதமென அறியாத திருப்பூர்க்காரி மீண்டும் வந்து பூசை வைத்ததும் நிகழ்ச்சி முடிவுக்கு வரும்.

மதியம் 12:30 1:00

கொப்புடையம்மனின் கோபத்திற்கு ஆளான இளம்பிறை படுக்கையறையில் அமைக்கப்பட்டிருக்கும் புலிக் குகைக்குள்ளும், இளவெயினியார் ஹாலில் அமைக்கப்பட்டுள்ள ஆதிவாசிக் குடிலுக்குள்ளும் தஞ்சமடைவார்கள்.

மதியம் 1:00 1:30

மதிய உணவு. சோற்றின் மீது குழம்பு, கூட்டு, ரசம், மோர் என ஒவ்வொன்றாகக் கேட்டு வாங்கி ஊற்றிய பின் எனக்கு இது வேண்டாமென நைஸாகக் கிளம்பும் இளம்பிறைக்குச் சிறிய நன்னெறி வகுப்பு. “எத்தியோப்பியாவில்...”

மதியம் 1:30 2:30

கிறுக்கி வரைவது. வரைந்து கிறுக்குவது. முந்தைய இரவில் அப்பா சொன்ன கதைகளுக்குப் பொருத்தமான ஓவியங்களை வரையும் ஸ்டோரி இல்லஸ்ட்ரேஷன் முயற்சிகள். ஓவிய தாகம் அடங்கிய பின் கிராஃப்ட் தாகம். ரூபாய் நோட்டுக்கள், சான்றிதழ்கள், இலக்கிய ஆக்கங்கள் தவிர்த்த பிற அனைத்து அசையும் அசையாத சொத்துக்களும் ஒட்டி வெட்டுதல் மற்றும் வெட்டி வெட்டுதல். அம்மாவின் ஷால், பெட் கவர், அக்காவின் தலைமுடிவரை நீளும்போது வீட்டம்மன் அவதரிப்பார்.

மதியம் 2:30 4:00

பல்வேறு ஐடியாக்களைச் செய்து ஓய்ந்துவிட்ட இளம்பிறையவர்கள் சற்றுக் கண்ணயர்வார். வெண்முரசு வாசிக்கிறேன் பேர்வழியென்று திருக்குலத்தரசியும் மைல்டாக விழிமயக்குக் கொள்வார்.

அந்நேரத்தில் இளவெயினியார் ஆங்கிலத்தில் கவிதைகள் எழுதுவார். யூரோகிட்ஸ், புஷ்பலதா தொடங்கி சிஸ் அகாடமி வரை அம்மையாரோடு படித்து வெளியூர்களுக்கு மாற்றலாகிப்போன நண்பர்கள், மேனாள் ஆசிரியர்கள், தாத்தாவின் மாண்பு, அப்பாவின் அறியாமை, தங்கையின் குறும்பு போன்றன பாடுபொருட்கள்.

நல்ல கதைகள் எழுதுவார். ஆங்கிலத்தில். தமிழில் எழுதிக்கொண்டிருக்கும் பலரைவிடச் சிறந்த கதைகள். கதையின் நீதியல்ல, கதாபாத்திரங்களுக்கு நீதி கிடைக்கவேண்டுமென்பதில் உறுதியாக இருப்பார். சூழியல் போராளி என்பதால் இயற்கைச் சித்திரிப்புகள் மிகுந்திருக்கும்.

மாலை 4:00 5:00

ஆன்லைனில் பாட்டு க்ளாஸ். பாட்டு க்ளாஸ் இல்லாத நாட்களில் தூய சங்கீதம் கேட்டல். அருகிலேயே அமர்ந்து நக்கல் செய்யும் இளம்பிறை தொடையில் அவ்வப்போது கிள்ளி வைத்தல். அம்மா கடை கண்ணிக்குப் போயிருந்தால் நைஸாக அப்பாவின் மொபைலை லவட்டி ஏபிசி கிட்ஸ் டிவி, கோக்கோமெலன், டயானாஸ் டிவி போன்ற திராபை கார்ட்டூன் வீடியோக்களைப் பார்ப்பார்.

மாலை 5:00 6:00

அப்பாவுடன் இறகுப் பந்து. சைக்கிளில் வூகான் நகரம் போல் இருக்கும் சுடுகுஞ்சி இல்லாத அடுக்ககத்துக்குள் சில ரவுண்டுகள். கட்டம் கட்டித் தொடுதல் விளையாட்டு. இளம்பிறை, அப்பா, அம்மா, கண்ணன் மச்சான் ஆகியோர் எட்டுக்கு எட்டு சதுர கட்டத்திற்குள் ஓட வேண்டும். கட்டத்தின் விளிம்பைத் தாண்டாமல் ஓடுவோரைத் தொடுதல்.

மாலை 6:00 7:00

தொலைக்காட்சி பார்த்தல். டிஸ்கவரி, ஃபுட் சஃபாரி, குழந்தைகள் திரைப்படம், ரைம்ஸ். இடைக்கிடை செய்திச் சானல்களில் கொரோனா நிலவரங்கள், மாமியாருக்கு விஷம் வைப்பது குறித்த சீரியல் சதியாலோசனைகள்.

இரவு 7:00 7:30

கிண்டி டிராமா - லிட்டிங் சிங்கமும் திருடனும், கரடியும் நண்பனும், குகை மனிதர்கள், முரடன் முத்து, இளம் சகோதரிகள் துப்பறியும் கௌபாய் சாகசங்கள், வீணாய்ப் போன ஓநாய்ப் பயல், எல்லோரும் இந்நாட்டு மன்னர், வீர மங்கை வேலுநாச்சியார் இன்னபிற.

தனியாள் நடிப்பு யூசுப் மலாலா, கிரேட்டா துன்பர்க், காந்தியடிகள், பாரதியார், விவேகானந்தர், மேரி கியூரி போன்ற ஃபேவரிட் ஆளுமைகளைப் பற்றித் தேடி வாசித்துச் சிறிய உரை எழுதி நடித்துக் காண்பித்தல்.

இரவு 7:30 8:30

இரவு விருந்து. அம்மாச்சி, பூட்டி, அத்தை, பெரியம்மாக்களுடன் போனில் குசலம் விசாரித்தல்.

இரவு 8:30 9:00

தமிழ்ச் சிறார் புத்தகத்தை வாய் விட்டு சத்தமாக அப்பாவுக்கு வாசித்துக் காண்பித்தல். பிழையற, தடையற வாசிப்பதற்கான பயிற்சி. வாசித்த கதையைச் சுருக்கி இளம்பிறைக்குச் சொல்லுதல்.

ட்யூன் விளையாட்டு, (கண்டுபிடித்தவர்: சித்தார்த், பேரன் ஆஃப் நாஞ்சில் நாடன்) பாடலின் சரணத்தின் தத்தகாரம் (ட்யூனை அப்படித்தானே சொல்லவேண்டும்) ஹம் செய்யப்படும். சரியான பாடல் வரிகளைக் கண்டுபிடித்துப் பாட வேண்டும். 10 மதிப்பெண்கள். தவறாகப் பாடினால், மைனஸ் 10.

இரவு 9:00 மணி முதல் உறங்கும் வரை

அப்பாவின் கதை சொல்லல் நிகழ்ச்சி. மூன்று வகையான

கதைகள் சொல்லப்படும். ஏற்கெனவே புழக்கத்தில் உள்ள உலகளாவிய சிறுவர் கதைகளைச் சற்று கற்பனையில் விரித்து சீனுக்கு சீன் வெடிச் சிரிப்பு கலந்து சொல்லப்படும். கதையின் இறுதியில் கதை மாந்தர்கள் ஒன்றிணைந்து 'சந்தோசம் பொங்குதே... சந்தோசம் பொங்குதே...' என ஆடிப்பாடி மகிழ்வார்கள்.

இரண்டாவது, இளம்ஸ் சகோதரிகள் துப்பறியும் சாகசக் கதைகள். அவர்களுக்கு உதவி செய்ய முருகேசன் அண்ணாச்சி எனும் ஒரு கேரக்டர் உண்டு. அவருக்கும் அறிவுக்கும் 500 கிலோ மீட்டர் தூரம். அவ்வப்போது நாஞ்சில்நாடனின் நண்பர் பண்டாரம் கௌரவ வேடம் ஏற்பார். அதிரடி சாகசங்களும் அறிவியல் கருத்துகளும் நகைச்சுவைக் காட்சிகளும் நிரம்பியவை. கதையில் உற்சாகம் அதிகமானால், இளம்பிறையவர்கள் அணிந்திருக்கும் ஆடைகளைக் கழற்றி தலைக்கு மேல் சுழற்றி கட்டிலின் மேல் கூத்தாடுவார். சினம் வளர்த்த நாயகி சீற்றம் காட்டியதும் அடங்குவார்.

மூன்றாவதாக அவசியம் செய்வது, ஏதேனும் ஒரு நவீனச் சிறுகதையை சிறார்களுக்கு ஏற்றாற்போல் சுருக்கிச் சொல்வது. பிரமிளின் குழந்தைக் கை திருடன், ஜெயமோகனின் யானை டாக்டர், கோட்டி, அசோகமித்திரனின் புலிக் கலைஞன், ஷோபாவின் கண்டி வீரன், பஷீர் தலைமறைவாக இருந்தபோது அம்மாவைச் சந்தித்தது, சலீம் அலி பறவை ஆய்வாளரானது, டாப் ஸ்லிப் வூட் ஹவுஸின் கதை, சுந்தர ராமசாமி பாய் வீட்டில் மீன் குழம்பு சாப்பிட்டது, சர்ச்சிலுக்கும் அவரது அப்பாவிற்குமான உறவு. ஓநாய் குலச் சின்னம் நாவலின் சுருக்கப்பட்ட வடிவம். மண்ணும் மனிதரும் சுருக்கிய வடிவம். சொன்னால் நம்பமாட்டீர்கள், என் பெயர் சிவப்பு நாவலைக் கூட அதன் சித்திர-வதைகளை நீக்கிவிட்டு மர்மக் கதை போலச் சொல்ல முயன்றிருக்கிறேன். என்னுடைய நோக்கில் ஒன்பது வயதுக் குழந்தைக்கு ஜஜூலிபா கதைகளைவிட உயர்ந்தவை இக்கதைகள். இதன் வழியாக நவீனச் சிந்தனைகள், அக்காலத்தைய அறம், இன்றைய விழுமியங்கள், சூழியல், வரலாறு எனப் பல விஷயங்கள் உள்ளே செல்கின்றன.

கதைகள் சொல்லி முடித்தவுடன் அப்பாவின் பாடல் நிகழ்ச்சி. கட்டைக்குரலில் அம்மா பாடி வளர்த்த பாட்டுகளில் இருந்து தொடங்கும். காசுக்கு ரெண்டு குருவி வாங்கினேன், அருகம்புல்லின் நுனியிலே, நாட்டுக்கு சேவை செய்ய, காந்தி அண்ணல் காவியத்தில் கவிதை ஆன காமராஜ், அன்புள்ளம் கொண்ட அம்மாவுக்கு மகள் எழுதும் கடிதம், மலர்களின் நடுவினில் ஒரு ரோஜா, ராஜா சின்ன ரோஜாவோட காட்டுப்பக்கம், கல்யாண சமையல் சாதம், குறிஞ்சி மலைத்தேனே கொண்டாடும் சந்தனமே, ஆத்தா உன் சேலை, ஆரோரா ஆரிரோ நீ வேறோ நான் வேறோ, வேலுண்டு வினையில்லை, சலங்கை கட்டி ஓடி ஓடி வாயோ, வாதை உந்தன் கூடாரத்தை, செந்தமிழே மைந்தர்களே சிந்தனை செய்க, நாங்க சும்மா கெடந்தாலும் கெடப்போம், சின்னக்குட்டி நாத்தனா.

பாடல்கள் மெல்ல 'திரு'ப்புகழ் பாடத் தொடங்கும். 'பொண்டாட்டி தேடி நானும் ஓடோடி வந்தேன்', 'அம்மான்னா சும்மா இல்லேடா', 'பைத்தியம் பல வகை... ஒவ்வொன்றும் ஒருவகை', 'நேரில் நின்று ஏசும் தெய்வம்', 'வீட்டுக்கு வீடு ஹேய் பாப்ரோச்... பாப்ரோச்...', போதும் படுங்க... போதும் படுங்க... போதும் படுங்க என்று வீரர்களுக்கு பாட்டுடைத் தலைவியால் மூன்று முறை எச்சரிக்கை விடப்படும். உற்சாகமிகுதியால் நிகழ்ச்சி தறிகெட்டு ஓடும்போது கட்டிய வேட்டியுடன் வந்த கணவன் என்றும் பாராமல் கட்டுரையாளர் எட்டி மிதிக்கப்படுவார். 'ஓ... ஒரு தென்றல் புயலாகி...' மீண்டும் ஒரு மிதி. அத்துடன் நிலையத்தில் ஒலிபரப்புச் சேவைகள் நிறுத்தப்படும்.

★

சகலகலாய் வல்லவன்

சகலகலாய் வல்லவன் அலெக்ஸாண்டர் பாபுவை எனக்குப் பிடிக்கும். அவரது டெஸ்டர் ஷோவுக்கு ஆப்தர் அழைத்திருந்தார். முக்கால் மணி நேரம் ஆகும் எனக் கணக்கிடும் இடத்திற்குப் பத்து நிமிடங்களிலும், பத்து நிமிட தொலைவிற்கு மூன்று மணி நேரமும் ஆகும் சென்னையின் பயண வினோதங்கள் இன்னமும் பிடிபடவில்லை. ஏழு மணி நிகழ்ச்சிக்கு ஆறு மணிக்கே சவேரா வந்துவிட்டேன்.

நேரத்தைப் போக்க ப்ரு கஃபேவுக்குச் சென்றேன். பொன்னியின் செல்வன் செட் அது. மானுடரெல்லாம் மாயைக்குள் ஆழ்ந்திருந்தனர். நம் 'ஜி' இதற்கும் வரி போட்டால் கலெக்ஷன் பிச்சுக்குமே என நினைத்தபடி ஒரு ஃபில்டர் காபி ஆர்டர் செய்தேன்.

சீனி போடாமல் கொடுத்துவிட்டார் பரிசாரகர். என் மேஜையில் சர்க்கரைப் பாக்கெட்டுகள் இல்லை. பாம்பு கொத்திவிட்ட தன் தோழியின் இதழில் இருந்து விஷத்தை உறிஞ்சு எடுக்கும் மும்முரத்தில் இருந்த பக்கத்து டேபிளில் இருந்து 'என்னோடது வந்ததும் மறக்காமத் திருப்பிக் கொடுத்துடறேன்' எனச் சொல்லிவிட்டு ஒரு சர்க்கரை

பாக்கெட்டை எடுத்துக்கொண்டேன். ஓர் உயிரைக் காக்கும் முயற்சியில் இருந்த அந்த இளைஞன், தன் தலையைச் சற்றே விடுவித்துக்கொண்டு என்னைப் பார்த்து 'இடியட்' என்றான்.

அமர்ந்து எழுத அற்புதமான இடம் என்று இயக்குன நண்பர்கள் ப்ரு கஃபேயை முன்னமே பரிந்துரைத்திருக்கிறார்கள். அங்கே எழுதப்பட்ட திரைக்கதைகள் ஏன் விளங்கவில்லை என்பது உடனே புரிந்தது. ஜீன்ஸைத் துளைத்துக் கடிக்கும் கொசுக்கள் ஜீயைவிடப் பயங்கரமானவை.

ஆப்தர் வரும்வரை ரிசப்ஷனில் வாய் பார்க்கலாமென சேவராவுக்குள் நுழைந்தேன். நண்பர் புதுகை அப்துல்லா, திருச்சி சிவாவைச் சந்திப்பதற்காக அங்கே காத்திருந்தார். கொரியன் மேக்கப் சாதனங்களைப் பயன்படுத்துகிறாரென நினைக்கிறேன். தொன்மங்களை மறுஆக்கம் செய்கையில் இன்றைய அரசியல் சித்தாந்தங்களைச் சிந்தாமல் சிதறாமல் பயன்படுத்தலாமா என்றெல்லாம் பேசிக்கொள்ளாமல் பரஸ்பரம் அன்பு பாராட்டிக்கொண்டோம். சமீபத்தில் புதுக்கோட்டையில் ஒரு தொண்டருக்குப் பிறந்த குழந்தையைப் பார்க்கச் சென்றவர் அந்தக் குழந்தையை 'அண்ணே' என்று அழைத்ததாக உலவும் வதந்தியை நான் உறுதிப்படுத்திக்கொள்ளவில்லை.

காமெடிக்குச் சிரிக்கலைன்னா எட்டி நெஞ்சுலயே மிதிச்சுரலாம் என்கிற அளவிற்கு மேடைக்கு நெருக்கமான இருக்கைகள். அரங்கு விழிதிகழ் அழகியரால் நிறைந்திருந்தது. யோவ் அலெக்ஸ், வாழ்ற மேன் நீ!

ஒரு பாடலை எடுத்துக்கொண்டு அதன் நுட்பங்களை நகைச்சுவையாக அலெக்சும் நிகழ்ச்சி. 'மயிலே மயிலே உன் தோகை எங்கே' பாடலில் மயிலின் மொத்தப் பீலியையும் பீராய்ந்துவிட்ட அலெக்ஸ் அன்றைய நிகழ்ச்சிக்குத் தேர்ந்தெடுத்த பாடல் 'தேர் கொண்டு சென்றவன் யாரென்று சொல்லடி

தோழி'. ஏதோ எங்கள் ஆசான் இசையிலும் போர்ப்பயிற்சி அளித்திருப்பதால் இதுவும் ஹம்சத்மோத்வானி ராகம் என கரெக்டாகக் கண்டுபிடித்தேன். என்னையும் ஜமுனா ஆன்ட்டியையும் தவிர அரங்கத்தில் எவருக்கும் அந்தப் பாடல் தெரிந்திருக்கவில்லை. அனேகமாக அடுத்த ஷோவுக்கு 'ஜலபுலஜங்குதான்' அலெக்ஸின் தேர்வாக இருக்கும்.

ரோவன் அட்கின்ஸனும் சந்திரபாபுவும் சேர்த்துப் பிசைந்த உடலில் இருந்து எல்லா ரேஞ்சிலும் வெளிப்படும் வளமான குரல் அலெக்ஸினுடையது. முழுக்க எழுதிய ஸ்கிரிப்டை மேடையில் நடித்துக் காட்டுகிற பாணியிலிருந்து விலகி மனோதர்மத்தின் வழி செல்லும் நகைச்சுவை அவருடையது. நின்று ரசிக்க இடம் கொடாமல் அடுத்தடுத்து ஜோக்குகளின் சரம் தொடுப்பார். நுட்பமான அவதானிப்புகளும் உள்மடிப்புகளும் கொண்ட நகைச்சுவை. இந்த ஷோவில், ரஜினி ஒவ்வொரு விஷயத்தையும் எப்படி 'யோஜனை' பண்ணுவாரென அலெக்ஸ் செய்து காட்டியது வெறும் மிமிக் அல்ல.

நிகழ்ச்சி எனக்கு மிகப் பிடித்திருந்தது. இண்டர்லூட் எனும் சொல்லுக்கு இடையிசை எனும் பதத்தைப் பயன்படுத்துகிறார். எதைச் சொன்னாலும் புருவம் சுருக்கும் *yet to come* எளந்தாரிஸுக்குச் சில இலக்கிய நுட்பங்களை, ராகங்களை அறிமுகப்படுத்த முயற்சிக்கிறார். அன்றைய நிகழ்ச்சியில் மீ டூ இயக்கத்தைப் பற்றி அலெக்ஸ் சீரியசாகப் பேசியது ஒரு வகைத் துணிச்சல். தன் நட்பு வட்டத்தில் எந்த ஆணும் பாலியல் சுரண்டல்களைச் சந்தித்ததில்லை; ஆனால், ஒவ்வொரு பெண்ணும் ஏதோ ஒரு வகையில் பாலியல் அத்துமீறலுக்கு ஆளானவர்கள்தான் என்றார். 'ஜென்ட்டில்மேன் என நம்மை அழைத்துக்கொள்கிறோமே நாம் உண்மையில் ஜென்ட்டில்தானா?' என அவர் கேட்டபோது, அரங்கம் மிக ஆழமான அமைதிக்குள் சென்றது.

தபேலா வாசித்துக்கொண்டே பாடுவதும் எளிதானதல்ல. கலை இலக்கிய இரவுகளில் கரிசல் குயில் திருவுடையான்

தபேலா வாசித்துக்கொண்டே பாடுவதைக் கண்டு ஆச்சர்யப்பட்டிருக்கிறேன். இப்போது அலெக்ஸர்யப்படுகிறேன். ஈராயிர உடுக்கண்ணிகளின் வரலாற்று ஆர்வம் மிக நொய்மையானது. எம்ஜிஆர், சிவாஜி, ஜெய்சங்கர், இதயம் முரளி, கரண், சிஐடி சகுந்தலா, பேபி ஷாலினி, நாட்டாமை டீச்சர், மந்த்ரா, ஒளியும் ஒலியும், பேவாட்ச், சீமான், ஸ்டோன் கோல்டு, தர்ம யுத்தம், எதுவுமே அறியாத அப்பாவிகள். அவர்களும் உய்த்துணரும் வகையில் 'என் பேரு இளநி இல்ல சார்... பழனி' வகை காமெடிகளையும் உதிர்ப்பதே ஜனநாயகபூர்வமானது.

மில்லினியல் நோட்ஸ்:

ஆப்தர் - நண்பர்

பரிசாரகர் - பரிமாறுபவர்

ஆசான் - ஆசிரியர்

பீலி – மயில் தோகை

தொன்மம் மறுஆக்கம் – உங்களுக்குத் தேவைப்படாது, விட்ருங்க.

இரு கேள்விகள்

வணக்கம்,

என் பெயர் வெங்கட் குமார். வயது 38. தகவல் தொழில்நுட்பத் துறையில் பதினான்கு ஆண்டுகளாக வேலை செய்துகொண்டிருக்கிறேன். தற்போது மேலாளராகப் பணிபுரிந்துவருகிறேன். நீங்கள் இயற்றிய புத்தகம் 'வாசிப்பது எப்படி' படித்தேன். மிகவும் சிறப்பான வழிகாட்டுதல் நூலாக இருந்தது. பல விஷயங்களை அதிலிருந்துதான் தெரிந்துகொண்டேன். உதாரணத்திற்கு ரீடிங் கிளப், புக் மராத்தான் இவைகள் எனக்குப் புதிதாக இருந்தன. எனக்கு அந்தப் புத்தகம் குறித்து இரண்டு கேள்விகள் உள்ளன.

1. கேட்ஜட்ஸ் தவிர்ப்பது பற்றி. இப்போது கோரோனா நோய்த்தொற்று உள்ள காரணத்தால் புத்தகங்கள் கிடைப்பது கடினமாக இருக்கும் சூழலில், கடந்த சில மாதங்களாக கிண்டிலில்தான் படிக்க வேண்டியுள்ளது. ஆகையால் டேப்லெட்டோ அல்லது ஸ்மார்ட் போனோதான் படிக்க

வேண்டிய சூழல் உள்ளது. இதைப்பற்றி உங்கள் கருத்து, அதன் நன்மைகள் மற்றும் அதன் எதிர்மறைகள் விளக்குங்களேன்.

2. தகவல் தொழில்நுட்பத் துறையில் நாளொரு மேனி பொழுதொரு வண்ணம் புதுப்புது மென்பொருள் கண்டுபிடிப்புகள், முன்னேற்றங்கள், மாற்றங்கள் வருவதால் அதற்கான தேவைக்கு, பணி சம்பந்தமாக வாசிப்பதற்கு என்று நேரம் ஒதுக்க வேண்டியுள்ளது. இதல்லாமல் அரசியல் வரலாறு, இலக்கியம், சுய முன்னேற்றம் என்று வாசிப்பு ஆர்வம் உள்ளதால் ஒரு நாளைக்கு இரண்டு மூன்று புத்தகங்கள் படிக்க வேண்டியுள்ளது. ஒரே நேரத்தில் பல நூல்களை வாசிப்பது சிலரின் இயல்பு. எனக்கு அந்தச் சிக்கல் ஆரம்பம் தொட்டே இருக்கிறது. அறிவுச் செயல்பாடு எனும் அடிப்படையில் அது வரவேற்புக்குரியதல்ல. ஆனால், என் போன்று பணி தொடர்பாக வாசிக்க வேண்டிய சூழ்நிலை உள்ளவர்கள் இதை எப்படி மேற்கொள்வது? இந்த விஷயத்தில் உங்கள் அறிவுரை தேவைப்படுகிறது.

நன்றி
வி.வெங்கட்

வணக்கம் வெங்கட். நலமாக இருக்கிறீர்களா? வாசிப்பது எப்படி நூல் உங்களுக்கு உபயோகமாக இருந்ததை அறிவதில் மகிழ்ச்சி.

உங்கள் முதல் கேள்விக்கான எனது பதில். தொழில்நுட்பத்தை நீங்கள் பயன்படுத்துகிறீர்களா அல்லது தொழில்நுட்பம் உங்களைப் பயன்படுத்திக்கொள்கிறதா என்பதுதான். நான் கிண்டிலிலும் அதிகமாக வாசிக்கிறேன். மூன்று காரணங்களுக்காக. 1) நாடடங்கினால் விரும்பிய நூல்கள் உடனடியாகக் கிடைப்பதில்லை. 2) சில மேலாண்மை மற்றும் தொழில்முனைவு நூல்கள் விலையேறினவை. கிண்டில் அன்லிமிடடில் குறைந்த செலவில் வாடகைக்கு எடுத்து வாசிக்க முடிகிறது 3) இரவில் அருகில் உறங்குபவரை உறுத்தாத ஒளியில் வாசிக்க முடிகிறது.

இதற்கு முன் கடந்த 14 ஆண்டுகளாக இரவில் தூக்கம் வரும்வரை செல்போனில் வாசிக்கும் வழக்கம் இருந்தது. அரங்கசாமியிடமிருந்து ஒட்டிக்கொண்ட தீப்பழக்கம். செல்போனின் மிதமிஞ்சிய ஒளி கண்ணுக்குக் கேடு. ஒளிரும் திரைகள் தூக்கத்தைப் பின்னுக்கு இழுக்கின்றன. பல வருடங்களாகத் தூக்கமின்மையால் உழல்கிறேன். விதை, அரங்கசாமி போட்டது. ஒப்புநோக்க கிண்டிலின் ஒளி உமிழ்வு குறைவானது. இணைய மேய்ச்சலுக்கு வழியில்லை என்பதால் கவனம் கலைதல் குறைவானது. சமீபத்தில் பா. ராகவனின் கொம்பு முளைத்தவன், *Excellent* ஆகிய இரு நூல்களையும் இரண்டு மணி நேரத்தில் கிண்டிலில் வாசித்தேன். என் ஏழ்வைக்கு இது நம்ப முடியாத வேகம். நோட்டிபிகேஷன் என ஒன்று அத்திரையில் வருமானால் இது சாத்தியமே இல்லை.

உங்கள் இரண்டாவது கேள்விக்குப் பதில் சொல்ல நான் தகுதியானவன் அல்ல. என்னுடைய வாசிப்பு முறையும் 'கழனிப் பானை' வகையறாதான். இதைக் கைவிடத்தான் முயற்சிக்கிறேன். முடியவில்லை. ஒரு நூலுக்கான முன் தயாரிப்பிற்காக ஸ்ட்ராட்டஜி தொடர்பான நூல்களை வரவழைத்திருக்கிறேன். நண்பர்கள் சிலரின் நூல்களுக்கு அறிமுகம் எழுத வேண்டும். சொல்முகம் சந்திப்பிற்காகப் புத்துயிர்ப்பு. அனைத்தும் பாதியில் கிடக்கிறது. வெண்முரசில் விட்டதைப் பிடிக்கும் வெறித்தனம். ஆனாலும் இன்று காலையில் சிறுவாணி பிரகாஷ் அனுப்பிய புத்தகக் கவரில் இருந்த திருலோக சீதாராமின் இலக்கியப் படகு கவனத்தை இழுத்துவிட்டது. உங்கள் கடிதத்திற்குப் பதில் எழுதும் முன் அந்நூலைப் பாதி கடந்திருந்தேன். இந்தக் கழனிப் பானை வாசிப்பிற்கு, கடந்த சில நாட்களாக ஓர் உபாயம் கண்டுபிடித்திருந்தேன். பகலில் தொழிலுக்குத் தேவையான வாசிப்பு. இரவில் வெண்முரசு. நடு நடுவே (சரி... கழிவறையில் அமர்ந்திருக்கும்போதுதான்) கனலியில் / யாவரும்மில் / தமிழினியில் ஒரு சிறுகதை.

வாசிப்பில் மட்டுமல்ல வாழ்க்கையிலும் பல விஷயங்களில் பாதிக் கிணறு தாண்டுவது என் பிரச்சனை. *Finishing, Recon-*

ciliation விஷயங்களில் நான் படுமட்டம். இந்தப் பாதி மேயும் புத்தகப் பழக்கம்தான் தொழில் வாழ்விலும் தொடர்கிறதோ எனும் ஐயம் எனக்குண்டு. இந்தக் கடிதத்தை முகநூலில் போடுகிறேன். வாசிப்பு விற்பன்னர்களிடமிருந்து நமக்கெதுவும் பரிகாரம் கிடைக்கலாம்.

மிக்க அன்புடன்,
செல்வேந்திரன்.

கிளிச் சீட்டு

உழைப்பை வழிபாடாகக் கொண்ட அப்பாவை பக்கவாதம் தாக்கிற்று. எவராலும் ஒப்புக்கொள்ள முடியாத நிதர்சனம். அவராலும் ஒப்புக்கொள்ள முடியவில்லை. இயல்பை மீட்டெடுக்கும் முயற்சிகள் அனைத்தும் தோல்வியடைந்தன.

நித்யசைதன்ய யதியின் 'நோயை எதிர்கொள்ளல்' கட்டுரையை அவருக்கு வாசிக்கக் கொடுத்தேன். பக்கவாதத்திலிருந்து மீண்ட அனுபவத்தைப் பற்றிய கட்டுரை அது. நம் மரபில் நோய் என்பது கடவுளின் தண்டனை அல்ல. இறைவன் நம்மோடு கலந்து சிலவற்றை உணரவைக்கும் அதிர்ஷ்டத்தின் திடீர் வாய்ப்பு எனும் அத்வைத தரிசன கட்டுரை. அதன் இறுதி வாக்கியம் அழகானது 'நோய் கடவுளின் படைப்புமொழி.'

வாதம் தாக்கிய நாட்களில் நித்யா, செயலிழந்த வலது கையில் தூரிகையைச் செருகி இடது கையால் வலது கையை இயக்கி ஓவியம் வரையத் துவங்கினார். கனகமாலாவில் 29 சூரியோதயங்களை ஓவியமாக்கினார். அவ்வோவியங்களைக் காண்பவர்கள் அதிலிருக்கும் துல்லியமான உணர்வெழுச்சியும் வர்ணக்கலவையும் கண்டு வியப்பார்களே அன்றி அதன் பின்னாலிருக்கும் கதையை அறிய மாட்டார்கள்.

அப்பா மீண்டு விட்டார். ஏற்கனவே இருந்த கதிரேசன் இறந்து புதிய கதிரேசன் பிறந்துவிட்டார். புதிதாகப் பிறந்தவருக்குச் சில ஆற்றல்கள் மட்டுறுத்தப்பட்டிருந்தன. சில புதிய சாத்தியங்கள் உருவாகியிருந்தன. செயல்படாத இடது கை, வலது காலுடன் அவர் ஊர் ஊராகச் சுற்றித் திரிந்து வியாபாரத்தைத் தொடர்ந்தார்.

இந்தப் பெருந்தொற்று காலத்தை நான் அப்படித்தான் நினைக்கிறேன். நாம் ஏற்கனவே வாழ்ந்த உலகம் இறந்து விட்டது. இன்றிருப்பது புதிய உலகம். இந்த உலகத்தில் பயணங்கள், கூடுகைகள், விருந்துகள், ஆடம்பரங்கள், சொத்து வாங்குதல் போன்றவை மட்டுறுத்தப்பட்டுள்ளன. பெட்ரோல் டீசல் செலவில்லை. உழைப்பு குறைவு ஆகவே உணவும் குறைவாக உண்டால் போதும். புத்தாடைகள் தேவையில்லை. அலுவலகங்கள் இல்லை. ஆகவே கிசுகிசுக்கள், அவதூறுகள், சதிக்கோட்பாடுகள் இல்லை. காதல் செலவினங்கள் இல்லை. கள்ள உறவுகள் மட்டுப்பட்டிருக்கின்றன. ஆடித்தள்ளுபடி, அமாவாசைத் தள்ளுபடி, அக்ஷயதிருதியை, எக்சேஞ்ச் ஆஃபர்கள் இல்லை.

சிக்னல்களில் காத்திருக்க வேண்டியதில்லை. அட, சிக்னலே தேவை இல்லை. தூசு புகை குப்பை இரைச்சல் மட்டுப்பட்டிருக்கின்றன. விபத்துகள் குறைந்திருக்கின்றன. செவியடைக்க குயில்களின் ஓசை கேட்கிறது. காந்திபுரம் பஸ்ஸ்டாண்டில் மயில் நட மருவு நிகழ்கிறது. மருதமலைக் கோயிலில் யானைகள் குடும்பத்துடன் இளைப்பாறுகின்றன. ஊட்டி சாலைகளில் கரடி விளையாடுகிறது. மலைப்பிரதேசங்கள் மூச்சுவிடுகின்றன. கடற்கரைகள் தங்கள் சொந்த முகத்திற்குத் திரும்புகின்றன.

வெளியில் தனிமனித இடைவெளி அதிகரித்திருந்தாலும் வீட்டிற்குள் தொடுகை கூடியிருக்கிறது. குடும்பமென ஒன்றிருப்பதை உணர்ந்திருக்கிறோம். விளையாட அழைக்கும் பிள்ளைகளிடம் 'அப்பா பயங்கர டயர்டா இருக்கேன்மா' எனும் நித்ய பதிலைச் சொல்வதை நிறுத்தி இருக்கிறோம்.

குடிச்சண்டைகள் குறைந்திருக்கின்றன. குடிசைக் கொளுத்திகள் ஓய்ந்திருக்கிறார்கள். 11:05க்கு மண்ணள்ளியாக வேண்டிய தேவை குன்றியிருக்கிறது.

பிழைத்துக்கிடப்பதைத் தவிர வேறு எந்தக் கவலையும் வேண்டியதில்லை. வேறு எதைக் கண்டும் அஞ்சவேண்டியதில்லை. எவனுக்கும் எதையும் நிருபிக்கவேண்டியதில்லை எனும் மாபெரும் விடுதலையுணர்வு ஒரு வரமென கிடைத்திருக்கிறது. உங்களுக்கு எப்படியோ எனக்கு இதுதான் பொன்னொளிர் காலம். இங்கிருந்து திரும்பிச் செல்ல ஒருபோதும் விரும்பேன்.

கடந்த காலம் இனிமையானது என்பதொரு அபத்தக் கற்பனை. நம் தாத்தா காலத்தின் பெரும்பான்மை ஆண்கள் கட்டித்தீனிகள். எடுப்புகளும் தொடுப்புகளும் அன்று பெருமித அடையாளங்கள். குடும்ப வன்முறை, பாலியல் சுரண்டல், பெண்ணடிமைத்தனம், சாதிக்கொடுமை, என துளுரெடுத்துத் திரிந்தார்கள். இன்று சமத்துவமும் சமூகநீதியும் தமிழகத்தின் முதன்மையான பேசுபொருளாகியிருக்கின்றன. வேட்டை மன்னன்களெல்லாம் சேட்டைகளின் உறுபலனாய் ஏறிய படிகளின் வழியே இறங்கிக்கொண்டிருக்கிறார்கள். கடந்து போன காலம் எதுவும் திரும்பிவர வேண்டியதில்லை. காலம் முன்னகர வேண்டும்.

800 கோடி மக்களும் தடுப்பூசி எடுத்துக்கொள்ளும் வரை நோய்த்தொற்றிலிருந்து மீள நிரந்தரத் தீர்வு இல்லை. இக்கட்டுரை எழுதும் நிமிடம் வரை உலக மக்களில் 42 கோடி பேர்தான் முழுமையான தடுப்பூசி கவசத்திற்குள் வந்துள்ளார்கள். இன்னமும் 20 மடங்கு சென்றாக வேண்டும். ஆகவே, அடுத்த இரண்டாண்டுகளுக்குப் போதிய விளம்பர இடைவேளையுடன் வாழ்க்கை இங்கே இப்படித்தான் இருக்கும். 56 இன்ச் அல்ல 506 இன்ச் அகல மார்பு இருந்தாலும் ஒரு புல்லையும் அசைக்கமுடியாது.

கல்லூரிக்குச் செல்ல முடியவில்லை. வகுப்புகள் நடைபெறவில்லை. நண்பர்களைச் சந்திக்க முடியவில்லை என அலுத்துக்கொள்கிறீர்கள். வீட்டிற்குள்ளேயே இருக்கும்

உளச்சோர்வினை புலம்பலின் வழியே மேலும் மேலும் பெருக்கிக்கொள்கிறீர்கள். தலைக்கு மேல் பறக்கும் கவலைப் பறவையை 'வா... வந்து என் தலையிலேயே குடியிரு... எச்சமிடு' எனக் கூவி அழைக்கிறீர்கள்.

ஓர் இந்தியப் பெண் கருவுற்ற நாள் முதல் நிரந்தரமான லாக்டவுணுக்குள் சென்றுவிடுகிறாள். நாம் பிறப்பதற்கு முன் நம் அம்மாக்களுக்கென்று கனவுகள் நிரம்பிய ஓர் உலகம் இருந்ததே?! கடந்த பதினெட்டு ஆண்டுகளாக ஒவ்வொரு நாளும் உங்களுக்கு உணவிடுபவளாக, வைத்தியம் பார்ப்பவளாக, டியூசன் எடுப்பவளாக, துணிகளைத் துவைப்பவளாக, கழிப்பறைகளைக் கழுவுபவளாக, பணிவிடைகள் செய்பவளாக ஒரு நிரந்தர லாக்டவுணில் இருக்கிறாரே கவனித்திருக்கிறீர்களா? அவரிடம் இந்த முணுமுணுப்புகள் ஏன் இல்லை என்று யோசித்துப்பாருங்கள்.

ஓர் அசாதாரணமான சூழலில் சாதாரணமான வாழ்வைப் பற்றிக் கனவு கொண்டிருப்பதை விட இயற்கை நமக்கிட்டிருக்கும் ஒரு கடமையைப் பற்றி யோசிக்கலாம். கிளி சீட்டு எடுப்பதைப் போல நம் சுற்றத்தார் இறந்துகொண்டிருக்கிறார்கள். இயற்கை அல்லது இறைவன் அல்லது விதி ஏன் என்னையும் உங்களையும் விட்டு வைத்திருக்கிறது? எதைக் காக்கும் பொருட்டு? எதை உருவாக்கும் பொருட்டு?

தீநுண்மம் வேகமெடுக்கும்போது யுவால் நோவா ஹராரி சொன்னார் 'கொரோனாவைக் காட்டிலும் மானுடத்திற்கு ஆபத்தானது நல்ல தலைவர்கள் இல்லாததுதான்'. திரும்பிய திசையெல்லாம் எதிர்மறைப்பண்பும் குறுகல் நோக்கும் கொண்டவர்கள் வெறுப்பரசியல், சதிக்கோட்பாடுகள் வழியே அதிகாரத்தைக் கைப்பற்றி வைத்திருக்கிறார்கள். மிதமிஞ்சிய நார்சிஸிஸ்டுகள். இவர்களுக்குள் ஒத்திசைவும் ஒருங்கிணைப்பும் இருந்திருந்தால் கொரோனா என்றோ வெல்லப்பட்டிருக்கும். அரசியலிலும் நிர்வாகத்திலும் காரியங்கள் பின் தள்ளி ஆப்டிக்ஸ் தோற்றமயக்கங்களே முன்நிற்கும் காலம் இது. ஊடகப்பெருக்க வெளியில் இனி 'படம் காட்டல்' மட்டுமே நிகழும்.

மீண்டும் முந்தைய பாராவிற்கு வருகிறேன். தாமஸ் கெனலி எழுதிய 'ஷிண்ட்லர்'ஸ் ஆர்க்' நாவலில் வரும் "ஓர் உயிரைக் காப்பாற்றியவன், மொத்த உலகத்தையும் காப்பாற்றியவன்" எனும் வரிகள்தான் இயற்கை நமக்கிட்டிருக்கும் கடமை. உயிரோடிருப்பவர்கள் உதவி கோருபவர்கள் அல்ல. உதவ வேண்டியவர்கள். உலகைக் காக்கவேண்டியவர்கள். அந்தப் பொறுப்பினை மனமுவந்து ஏற்றுக்கொள்வதினாலேயே தலைவர்கள். இந்த நூற்றாண்டில் மானுடத்தை அழிவிலிருந்து காத்த பெருமைக்குரியவர்கள்.

வேலை இல்லை. வருவாய் இல்லை. உணவு இல்லை. படுக்கை இல்லை. தடுப்பூசி இல்லை. ஆக்சிஜன் இல்லை. வெண்டிலேட்டர் இல்லை. ரெம்டேசிவர் இல்லை. ஆம்புலன்ஸ் இல்லை. மார்ச்சுவரியில் இடம் இல்லை. பிணமெரிக்க விறகுகள் இல்லை என நாற்புறமும் இல்லை இல்லை எனும் அழுகுரல்கள் ஒலிக்கையில் வீட்டிற்குள் இருந்துகொண்டு ஸ்மார்ட்போனில் சிணுங்கிக்கொண்டிருப்பது அநீதி. உயிர், பசி இந்த இரண்டைத் தவிர வேறெதுவும் இன்று இத்தருணத்தில் முதன்மையானது அல்ல.

நீங்கள் செய்யும் உதவி மணல் சுமக்கும் அணிலோ, மலை பிடுங்கும் அனுமனோ என்னவாக வேண்டுமானாலும் இருக்கட்டும். ஆனால், செய்யுங்கள். உதவி தேவைப்படும் ஒவ்வொருவருக்கும் உதவுங்கள். அவர்கள் உயிர் பிழைக்க தீவிரமாகப் போராடுங்கள். எல்லா கதவுகளையும் தட்டுங்கள். கைகள் ஓய்ந்தால் காலால் உதையுங்கள். கால்களும் ஓய்ந்தால் தலையால் முட்டுங்கள். இதுவே நாம் ஓர் அறிவுச் சமூகமாக செய்ய வேண்டிய கர்ம யோகம்.

நீங்களும் நானும் எஞ்சியிருப்பது அதன் பொருட்டே, நன்றி.

(30-05-2021 அன்று அகரம் பவுண்டேசன்
மாணவர்களுடன் ஆற்றிய உரையின் சுருக்கமான வடிவம்)

ஒரு கேள்வியும் பதிலும்

கேள்வி:

அன்புள்ள செல்வேந்திரன்,

நலம்தானே. நான் அனிதா. உங்கள் வாசகி. உங்களது ஆங்கில மொழியாக்கம் நீங்கலாக நான்கு புத்தகங்களையும் வாசித்தேன். மிகத் திருப்தி. இங்கே எங்கு திரும்பினாலும் உங்கள் நூல்களுக்கான மதிப்புரைகள் கண்ணில் படுகின்றன. அக்ரசிவ்வாக மார்க்கெட்டிங் செய்து சூப்பர் ஹிட் அடித்துவிட்டார்கள்.

ஜெயமோகனே குறிப்பிட்டபடி, 'பாலை நிலப் பயணம்' புத்தகம் பயண இலக்கியத்தில் ஒரு க்ளாசிக். ஒரு பெஞ்ச் மார்க் செட் பண்ணிவிட்டார்கள். நானும் என் ஐரோப்பிய அனுபவங்களை எழுதும் ஊக்கம் பெற்றேன். இரண்டு அத்தியாயம் எழுதினேன். வாசித்துப் பார்த்தேன் சவசவா என்றிருந்தது.

எனக்கு ஒரு கேள்வி. உங்கள் வாசிப்பது எப்படி புத்தகத்தில் செய்தித்தாள்கள் வாசிப்பதைப் பற்றி எழுதியுள்ள அத்தியாயங்கள் மிக மிகப் பிரமாதமாக வந்திருந்தன.

இத்தனை ஆண்டுகளில் செய்தித்தாள்களை நீங்கள் சொல்லும் கோணத்தில் உலக அளவில் எவரும் அணுகியது இல்லை. தங்கள் விற்பனையை அதிகரிக்க நினைக்கிற செய்தித்தாள்கள் உங்கள் கட்டுரையை முதல் பக்கத்தில் வெளியிட்டிருக்க வேண்டும். உங்கள் பெயரையும் கட்டுரைத் தலைப்பையும் கூகிளில் இட்டுத் தேடினேன். இந்து தமிழ் திசையில் ஒரு கட்டுரை வந்திருக்கிறது. வேறு எந்த ஊடகத்திலும் இல்லை. தமிழ்ப் பத்திரிகைகள் தள்ளாடுவதாகச் செய்திகள் வருகின்றன. அவர்களாவது உங்கள் புத்தகத்தையும் கட்டுரைகளையும் கவனப்படுத்தினார்களா என்பது தெரியவில்லை.

ஒரு முன்னாள் கல்வியாளரும் இந்நாள் ஊடகவியலாளருமாக நான் சொல்லிக்கொள்வது உங்களது 'வாசிப்பது எப்படி?' நூல் தமிழ்நாட்டுப் பள்ளிக்கூடத்திலும் கல்லூரியிலும் பாடமாக வைக்கப்படவேண்டியது. என்னுடைய தொடர்புகளின் வழியாக நூலை முதல்வரின் பார்வைக்குக் கொண்டு செல்ல முயற்சி செய்யலாம் என்றிருக்கிறேன். நீங்கள் என்ன நினைக்கிறீர்கள்?

அன்புடன்,
அனிதா சுயம்புலிங்கம்

பதில்:

அன்புள்ள அனிதா அவர்களுக்கு,

நலம்தானே. உங்கள் கடிதம் உற்சாகமளித்தது. அன்பிற்கு நன்றி.

எங்களுடைய இலக்கியச் சுற்றத்தில் நான்தான் மிகக்குறைவாக வாசிக்கிறவன் எனும் தாழ்வுணர்ச்சி எனக்குண்டு. என் குறைவுபட்ட வாசிப்பிலும்கூட உலக அளவில் முக்கியமான எழுத்தாளர்களான தல்ஸ்தோய், தஸ்தாயேவ்ஸ்கி, ஹெமிங்வே, மார்குவேஸ், செக்காவ், கேம்யூஸ், பால்சாக், ரேமன்ட் கார்வர், ஜூலியன் பார்ன்ஸ், சினுவா உள்பட பலரை வாசித்திருக்கிறேன். இந்திய மொழிகளிலும் தமிழிலும் முதன்மையான ஆசிரியர்கள் அனைவரின் சிறந்த படைப்புகளையெல்லாம் வாசித்திருக்கிறேன். அந்தத் தகுதியின் அடிப்படையில் இருபத்தொன்றாம்

நூற்றாண்டின் இணையற்ற இலக்கிய ஆசிரியன் என நான் ஜெயமோகனைச் சொல்வேன். அவரே தனது வாசகர்களை 'நண்பர்கள்' என்று பெருந்தன்மையாக விளிக்கிறார். நான் சோட்டா எழுத்தாளன். வாசகி என்றெல்லாம் சொல்லி சங்கோஜப்படுத்தாதீர்கள்.

என்னுடைய ஆர்வம் புனைவுகள் எழுதுவது. கதைசொல்லியாக நினைவுகூரப்பட வேண்டும் என்பது. அம்முயற்சிகளின் சறுக்கல்களில் என்னை நானே தேற்றிக்கொள்ளும் பொருட்டு சிறு சிறு நூல்கள் எழுதுகிறேன். அவை வரவேற்பைப் பெறுகின்றன. அந்த உற்சாகம் எனக்குத் தேவையாக இருக்கிறது.

இந்தக் கொரானா நாட்களில் ஜெயமோகன் வெண்முரசு நீங்கலாக சுமார் 75 கதைகள் எழுதியிருக்கிறார். தமிழின் க்ளாஸிக் எழுத்தாளர்களான திஜா, அசோகமித்திரன், சுரா, ஜெயகாந்தன், புதுமைப்பித்தன், லாசரா ஆகியோர் தங்கள் மொத்த வாழ்நாளிலும் எழுதிய கதைகளை அவர் இந்த சீசனிலேயே முறியடித்துவிடுவார்.

சாரு நிவேதிதா, பூச்சி என்றொரு கட்டுரைத் தொடர் எழுதி வருகிறார். கிட்டத்தட்ட 90 பாகங்களை எட்டுகிறது. இலக்கியம், இசை, சினிமா, அரசியல், சமூகம், வரலாறு என பற்பல புள்ளிகளைத் தொட்டுச் செல்லும் மிக முக்கியமான கட்டுரைகள்.

சோ. தர்மன் தொடர்ச்சியாக கிராமிய விவேகத்தை உலகிற்குப் பறைசாற்றும் வீடியோக்களை வெளியிட்டு வருகிறார். இதுவரை சுமார் 50 வீடியோக்கள். கிராவின் மிகத் துல்லியமான தொடர்ச்சி தான் என்பதை நிரூபிக்கும் அற்புதமான வீடியோக்கள்.

பேராசிரியர் டி. தர்மராஜ் தத்துவவாதிகள், கோட்பாட்டாளர்களை அறிமுகப்படுத்தி வெபினாரில் உரையாற்றிவருகிறார். புதிய புதிய சிந்தனைக் கோணங்கள், அதன் தொடர்ச்சியாக நீளும் செறிவான விவாதங்கள். அவரைப் போன்ற ஒரு முதன்மையான அறிஞரின் உரையைச் செலவினமின்றி வீட்டிலிருந்தபடியே

கேட்க வாய்ப்பது கொரோனாவின் பேறுகளில் ஒன்று. இப்போது அயோத்திதாசரை மையமிட்டு ஆரோக்கியமான சொல்லாடல்கள் அவரது பக்கத்தில் நிகழ்கின்றன.

பா.ராகவன் சென்னையைப் பற்றிய அருமையான நினைவோடைத் தொடர் எழுதி முடித்திருக்கிறார். ஒரு காலக்கட்டத்தைக் கண்முன் கொண்டுவந்து நிறுத்தும் தொடர்.

எஸ்.ராமகிருஷ்ணன், மிகப் புரட்சிகரமாக யூட்யூபில் சந்தா செலுத்திப் பார்வையிடும் உரைகளை நிகழ்த்துகிறார். தளத்தில் குறுங்கதைகள், சினிமாக்கள் என மிகத் தீவிரமாக இயங்கிவருகிறார்.

உயிர்மை இணையதளத்தில் அபாரமான பல தொடர்கள் வருகின்றன. ஒருவர்கூட சோடை போகாத எழுத்தாளர்கள். தமிழினி ஆசிரியர் கோகுல் பிரசாத், உலக சினிமாக்கள் பற்றிய பிரமிப்பூட்டும் பட்டியல்களை, முக்கியமான இயக்குனர்களைப் பற்றிய செறிவான கட்டுரைகளை எழுதிவருகிறார். அல்லிக்கேணி என்றொரு அருமையான தொடரை ஸீரோ டிகிரி பதிப்பகத்தின் ராம்ஜீ மிக மிக சுவாரஸ்யமாக எழுதிவருகிறார். ஒலி வடிவிலும் அத்தொடரைக் கேட்க முடியும்.

இன்னமும் பல்வேறு எழுத்தாளர்களும் சிந்தனையாளர்களும் கொரோனா அச்சலாத்திகளைத் துறந்துவிட்டு மிகத் தீவிரத்தன்மையுடன் இயங்கிவருகிறார்கள். அறிவுப் பசி கொண்டவர்களுக்குப் பொற்காலம். இவற்றைப் பற்றி நமது ஊடகங்களில் ஒரு வரிச் செய்தி இல்லை. இதில் எலிப் புழுக்கை என்னுடைய செய்தியை நீங்கள் எப்படி எதிர்பார்க்கலாம்?

ஊடகங்கள் இலக்கியத்தைக் காப்பாற்ற வேண்டிய எந்த அவசியமும் இன்றில்லை. இணையமும் ஸ்மார்ட்போன்களும் இலக்கியச் செயல்பாட்டிற்குச் சிறகுகள் அளித்துவிட்டன. கிண்டில் இப்போது ஜெட் விமானமாயிருக்கிறது. இதை அன்றே யூகித்து தொடர்ச்சியான தீவிரத்துடன் செயல்பட்டு தங்களுக்கான வாசகர்களை ஜெயமோகன், சாரு, எஸ்ரா,

பா.ராகவன், ஆர்.அபிலாஷ், வா. மணிகண்டன் உள்ளிட்ட பலர் தாங்களே உருவாக்கிக்கொண்டார்கள். போகன் சங்கர், கார்ல் மார்க்ஸ், சரவணகார்த்திகேயன், அராத்து, சரவணன் சந்திரன், லஷ்மி சரவணக்குமார் உள்ளிட்ட பல இளைய எழுத்தாளர்கள் சமூக வலைதளங்களை மிகக் கச்சிதமாகப் பயன்படுத்திக்கொள்கிறார்கள்.

நான் 15 ஆண்டுகளாகப் பத்திரிகை ஊழியன். எனது மனைவி மேனாள் பத்திரிகையாளர். அவரது நிறுவனம் மக்கள் தொடர்புத் துறையில் நிபுணத்துவம் பெற்றது. உலகின் எந்த ஊடகத்திலும் செய்திகள், பேட்டிகள், மதிப்புரைகள் வரவழைக்க முடியும். அதனால் கிடைக்கும் மெல்லிய கிளர்ச்சியினால் எழுதுகிறவனுக்கு எந்தப் பலனும் இல்லை. என் நூலை வாசித்த ஒருவர் இன்ஸ்டாகிராமில் இரண்டு வரிகள் எழுதினால், அன்று இரண்டு புத்தகங்கள் கூடுதலாக விற்கின்றன. ஃபேஸ்புக்கில் ஒருவர் எழுதினால் நான்கு பேர் புத்தகத்தைக் கேட்டு எழுதுகிறார்கள். அது போதும். என் முந்தைய தலைமுறையின் ஆசிரியர்களில் பலரும் இன்னமும் கரங்களால் எழுதுகிறார்கள். இணையம் கண்டு அஞ்சுகிறார்கள். நாஞ்சில்நாடன், வண்ணநிலவன், சு.வேணுகோபால், கோணங்கி உள்ளிட்ட பலர் இன்னமும் இங்கே இறங்கி அடிக்கவில்லை. அவர்களைச் சந்திக்கும்தோறும் நான் வாதிட்டுக்கொண்டே இருக்கிறேன்.

சமீபத்தில் எழுதிய மிஷ்கின் கட்டுரைக்கு சுமார் 300 கடிதங்கள் வந்தன. சினிமா சோக்கு என்று பொருட்படுத்தவில்லை. பணி நீக்கம் கட்டுரைக்கு 800+ கடிதங்கள். 75% கடிதங்களை இன்னும் படித்து முடிக்கவில்லை. விருதுகள், வெளிநாட்டுப் பயணங்கள், கருத்தரங்க அழைப்புகளுக்கு ஏங்கி நிற்பவர்களுக்குத்தான் ஊடக வெளிச்சம் தேவை. அதற்குக்கூடத் தேவையில்லை என்று என்னுடைய How to Read? மொழியாக்கம் நிரூபிக்கும். இதை எழுதும் கணத்தில் நியூசிலாந்தைச் சேர்ந்த நாவலாசிரியர் Owen Clough நூலைப் பாராட்டி ஒரு செய்தி அனுப்பியுள்ளார்.

இன்னொரு வரவேற்கத் தகுந்த விஷயம் என்னவெனில் டெலிகிராமில் நூல்களை பிடிஎஃப் ஆக வாசித்தவர்களுள் சிலர் எனது கூகிள் பே அக்கவுண்டில் பணம் செலுத்திவிட்டுக் கடிதமும் எழுதியிருக்கிறார்கள். இதெல்லாம் ரொம்ப மென்மையான விஷயம். நம்பிக்கையளிக்கக் கூடிய ஒளிக் கீற்று.

எனது நூல் என்றில்லை. எந்த நூலையும் பள்ளிக்கூட மாணவர்களுக்குப் பாடமாக வைப்பதில் பொருளில்லை. வெறுக்கத்தக்க ஒரு பண்டமாக அது மாறிவிடும். நன்மையில் நம்பிக்கையுள்ள பல அரசுப் பள்ளி ஆசிரியர்கள் 'வாசிப்பது எப்படி' நூலை வாசித்துவிட்டு என்னைத் தொடர்புகொண்டு பேசியுள்ளார்கள். அவர்களது வாய்ச்சொல்லாக நூலின் கருத்துகள் மாணவர்களிடம் சென்று சேர்ந்தால் போதும். ஸீரோ டிகிரி பதிப்பகம் இந்த நூலைப் பதிப்பிக்கப் போகிறது. சர்வ நிச்சயமாகப் பல்லாயிரம் பிரதிகள் விற்கும். அவ்வழி அறியாதவனல்ல நான்.

நீங்கள் உங்கள் பொன்னான நேரத்தை விரயம் செய்யவேண்டாம். வாழும் நாளெல்லாம் பேரிலக்கியங்களை வாசியுங்கள். எழுதுங்கள். அதைக் காட்டிலும் புனிதம் மிக்க செயல் வேறொன்றுமில்லை.

நமது பத்திரிகைகளுக்கு வைரமுத்துதான் பெரும் படைப்பாளி. அவர்களது நம்பிக்கையைக் கெடுப்பானேன்?

மிக்க அன்புடன்,
செல்வேந்திரன்.

*நீங்கள் ஆட்சேபிக்க மாட்டீர்கள் என்ற நம்பிக்கையுடன் இந்தக் கடிதத்தையும் எனது பதிலையும் இணையத்தில் பகிர்கிறேன்.

★

சென்னை புத்தகத் திருவிழா 2022

இன்று விஷ்ணுபுரம் பதிப்பகத்தின் மீனாம்பாளுடன் புத்தகத் திருவிழா சென்றேன். செந்தில் ஜெகன்னாதனிடம் இருந்து மழைக்கண் தொகுதியைப் பெற்றுக்கொண்டேன். தொகுதியின் சில கதைகளை ஏற்கெனவே வாசித்திருந்தேன். இந்தப் புத்தகத் திருவிழாவில் ஒரேயொரு கதைப் புத்தகம்தான் வாங்குவேன் என்பவர்கள் 'மழைக்கண்' வாங்கலாம். ஒரேயொரு கவிதைப் புத்தகம்தான் வாங்குவேன் என்பவர்கள் கல்பனா ஜெயகாந்தனின் 'இம்ம் என்றமைந்திருக்கும் ஆழ்கடல்' தொகுதியை வாங்கலாம்.

குவிஸ்லார் என்று வம்போடு அழைக்கப்படும் செந்தில்குமார் ஸீரோ டிகிரி ஸ்டாலில் எங்களுக்காகக் காத்திருந்தார். காற்றில் சுகந்தம் வீசியது. ஒரு பெண்ணின் பெயரைச் சொல்லி அவர் எங்கோ அருகில் இருக்கிறார் என மீனாம்பாளிடம் சொன்னேன். சில நிமிடங்களில் அந்தப் பெண் எங்களைக் கடந்து சென்றார். மீனாம்பாள் பேஸ்தடித்துப் பார்த்தார். திடீரென ஒருவர் என் கண்களைப் பின்னால் இருந்து பொத்தினார். யார்னு கண்டுபிடி பார்ப்போம் விளையாட்டு.

கைகளில் நல்ல மீன் வாசனை. மென்மையான விரல்கள். ஷைலஜா அக்காவாக இருக்கும் என்றேன். யெஸ் பாஸ்... அவரேதான்! எனக்கு நுட்பம் போதாது என அலறுபவர்களே... இதயத்தை திடமாக்கிக்கொள்ளுங்கள் 'அக்கா நீங்க சாப்பிட்டது ஊளிதானே' என்றபோது அங்கிருந்தவர்கள் நெஞ்சம் வெடித்தார்கள்.

பா. ராகவன் குனிந்து கையெழுத்துப் போட்டே கேள்விக்குறி போல ஆகிவிட்டார். மொத்த விற்பனையில் பத்தில் ஒரு பங்கு இவரது புத்தகமாக இருக்குமோ என சந்தேகிக்கிறேன். மாஸ்க் அணிந்த ராம்ஜீ நிறைய அரிய கருத்துக்களைச் சொன்னார். எனக்கு ஏன் புரியவில்லை என காயத்ரியிடம் கேட்டேன். 'கருத்தெல்லாம் இல்லை, பபுள்கம் மெல்கிறார்' என்று பதில் வந்தது.

அறிஞன் அஜிதன் வந்தான். அம்பேத்காரின் புத்தரும் அவரது தம்மமும் நூலின் முக்கியத்துவத்தைப் பற்றியும் அதிலிருந்து தான் விலகும் புள்ளிகளையும் தொட்டு ஒரு வகுப்பு எடுத்தான். நாங்கள் அனைவரும் வாய்ப்பிளந்து கேட்டுக்கொண்டிருந்தோம்.

கறிவேப்பிலை எந்தக் கடையில கிடைக்கும் என்ற பதைப்புடன் காளிப்ரசாத் வந்தார். மூலிகைமணி ஸ்டாலுக்கு வழிகாட்டி அனுப்பி வைத்தோம்.

யாவரும் ஸ்டாலில் கூடினோம். ஜீவகரிகாலன் மிக நல்லவர். எவ்வளவு போராடியும் ஒரு டீ காபி வாங்கித் தரவில்லை. மொழிபெயர்ப்பாளர் பிரியம்வதா, திரை எழுத்தாளர் விஜய் ஆகியோருடன் கப்பல்காரன் ஷாகுல் ஹமீது வந்தார். இவர் மீது ஏழெட்டு ஹவாலா வழக்குகள் உள்ளன எனச் சிலர் வதந்தி பரப்புகிறார்கள். நம்பவேண்டியதில்லை. அதிகபட்சம் 5 வழக்குகள் இருக்கலாம். திருவிழாவில் தென்பட்ட எழுத்தாளர்கள் அனைவருடனும் செல்ஃபி எடுத்துக்கொண்டார். ஜே4 ஸ்டேஷன் ரைட்டர் மட்டும் விடுபட்டுள்ளது. கப்பல் ஏறும் முன் அதையும் எடுத்துவிடுவார்.

பெருந்தேவி வந்திருந்தார். ஸ்ரீவள்ளிதான் வைரல் என்றேன். தான்சானியாவில் கூட ஸ்ரீவள்ளி வைரல் என்றார் காயத்ரி. டேவிட் வார்னர்கூட ஸ்ரீவள்ளி போட்டிருக்கார் என்றார் சாயிபு. பூவும் புஷ்பாவும் ஒன்றல்ல பாய் என்றேன்.

கவிஞர் உமாசக்தி யாவரும் ஸ்டாலுக்கு நண்பருடன் வந்தார். இவர் உலகப் புகழ்மிக்க எழுத்தாளர் என்று அந்த நண்பருக்கு என்னை அறிமுகம் செய்துவைத்தார். அந்தத் தம்பி கெட்டிக்காரர். நம்பிவிட்டார். எல்லாருமாக காபி சாப்பிடச் சென்றோம். ஐரோப்பாவில் போர் மேகங்கள் சூழ்ந்திருக்கையில் நாம் இப்படி புக் ஃபேரில் திரிகிறோமே... பத்து லிட்டர் பெட்ரோல் வாங்கி வச்சாலும் 200 ரூவா மிச்சமாகுமே... என்று யாரும் கேட்கவில்லை. எனக்குத்தான் தோன்றியது.

ஸீரோ டிகிரிக்குத் திரும்பினேன். காயத்ரியும் ராம்ஜீயும் நானும் தீவிரமாகப் பல விஷயங்களைப் பேசிக்கொண்டிருந்தோம். பெண்களுக்கு அளிக்கும் காதல் பரிசுகளின் விலை முக்கியம் இல்லை. எண்ணிக்கைதான் முக்கியம். அவர்களைப் பொறுத்தவரையில் வைர நெக்லஸுக்கும் ஒரு மார்க்தான். ஃபிங்கர் பக்லவாவுக்கும் ஒரு மார்க்தான். மினிகூப்பர் வாங்கித் தருபவனைவிட அடிக்கடி டிஸ்கோ ரப்பர் வாங்கித் தருபவனைத்தான் அவர்களுக்குப் பிடிக்கும் என்று நோபல், புக்கர், புலிட்ஸர் வாங்கின மேதைகளின் மேற்கோள்களுடன் நிறுவினார் ராம்ஜீ. மிகச் சரியாக இரவு 7 மணி 41 நிமிடத்தில் அவரை நான் என் ஆசிரியராக ஏற்றுக்கொண்டுவிட்டேன்.

பாஸ்கர் சக்தியுடன் அதிஷா வந்தார். தின்றார். சென்றார். ரிபீட்டு!

கிருபா நினைவேந்தல்

குதிரைவீரன் பயணம் நண்பர்கள் ஒருங்கிணைத்த ஃப்ரான்சிஸ் கிருபாவுக்கான நினைவேந்தல் கூட்டத்திற்குச் சென்றிருந்தேன். மேடையும் அரங்கமும் கிருபாவின் நண்பர்களாலும் கவிஞர்களாலும் நிரம்பியிருந்தது நிறைவளித்தது. அவருடன் பலவகைகளில் தொடர்புள்ளவர்கள் தங்கள் நினைவுகளைப் பகிர்ந்தார்கள். ஆத்மார்த்தமான உரைகள். தமிழிலக்கிய மேடைகள் கூர்மையடைந்திருக்கின்றன எனும் எண்ணம் தோன்றும்படியாக வெவ்வேறு கோணங்களில் ஃப்ரான்சிஸின் கவிதைகளும் வாழ்முறையும் பேசப்பட்டன.

'இதுதான் காதலிக்கு அளிக்க மிகச் சிறந்த பரிசு' எனும் வீகே அண்ணாச்சியின் பரிந்துரையின் பேரில் கன்னி நாவலை வாசித்திருக்கிறேன். பிறகு மல்லிகைக் கிழமைகள். கிருபா அண்ணாவைச் சந்தித்த தருணங்களை நினைவில் மீட்டுக்கொண்டேன். நெல்லையில் மயன் ரமேஷ்ராஜாவைச் சந்திக்க அடிக்கடி வருவார். அவருடனான உரையாடலின் தொடர்ச்சியாக கிளரொளி இளமை கெடுவதன் முன்னம், இலக்கியமும் வாழ்க்கையில் வெற்றியும் என இரண்டு கடிதங்களை ஜெவுக்கு எழுதியதாக நினைவு.

நான் இருமுறை அவருக்குப் பணம் கொடுக்க முயற்சித்திருக்கிறேன். அதை கிருபா ஏற்றுக்கொண்டதில்லை. ஒருவேளை அவர் என்னை இலக்கியத்திற்கு வெளியே நிற்பவனாக நினைத்திருக்கலாம். ஆனால், இலக்கியத்தின் மென் உணர்ச்சிகளைத் தொழிலில் போட்டுக் குழப்பிக்கொள்ளக் கூடாது எனும் பாடத்தை அவர்தான் எனக்குப் போதித்தார். மோசமான முன்னுதாரணராகவும் திகழ்ந்தார்.

நிகழ்வில் கவி மனுஷ்யபுத்திரனின் பேச்சு எனக்கு மிக முக்கியமாகப் பட்டது. திரும்பும் வழியெங்கும் அவரது சொற்களை யோசித்துக்கொண்டே வந்தேன். அலைக்கழிக்கப்பட்ட, அழுந்தி அழுந்திச் சாகிற வாழ்க்கைகளை நாம் மிக மிக ரொமான்டிசைஸ் செய்கிறோம். திராபையான அன்றாடத்தைக் கொண்டிருப்பதால் இத்தகைய வாழ்க்கை நமக்கு சாகசமாகத் தோன்றுகின்றனவா? தனக்காகத் திறந்த எந்தக் கதவையும் பற்றிக்கொள்ள மறுக்கும் ஒருவனை எச்சரிப்பதற்குப் பதிலாக, அவனது கவனத்தை கலைப் பாதைக்குத் திருப்புவதற்குப் பதிலாக அவனது சிதைவைக் கள்ள ருசியோடு அணுகுகிறோமா? அவனது படைப்புகளைப் பற்றிய உரையாடலைத் தவிர்ப்பதற்கு 'சமூகம் கைவிட்டது' எனும் செண்டிமெண்டைத் தூக்கிக்கொள்கிறோமா?

வேறெந்த வேலைகளைப் போலவே எழுதுகிறவனுக்கும் உடல் வலுவும் உள்ள நலனும் தேவை என்கிறார் மனுஷ்யபுத்திரன். கலையை உண்மையாக நேசிப்பவர்களில் உயிரோடிருப்பவர்கள் மனுஷின் இச்சொற்களுக்குச் செவி கொடுக்கவேண்டும்.

முதற்சம்பளம்

ஏழாவது வகுப்பு இருக்கும் என்று நினைக்கிறேன். 'ஆறு தன் வரலாறு கூறுதல்' என்றொரு கட்டுரை எழுதினேன். அதை, பூட்டு கந்தையா எனும் எங்களூரைச் சேர்ந்த தோழர் ஆங்கிலத்தில் மொழிபெயர்த்து *Sierra* இதழுக்கு அனுப்பி வைத்தார். பிரசுரமானது. ஒக்லாண்டிலிருந்து 1500 டாலர்களுக்கு செக் வந்தது. அதைப் பணமாக மாற்றுவதற்காகவே என் பெயரில் வங்கிக் கணக்கு தொடங்கப்பட்டது.

எட்டாவது வகுப்பில் கூட்டுறவு வார விழாப் பேச்சுப் போட்டி. வட்டார மாவட்ட அளவுகளில் வென்று, தலைநகரில் நடந்த இறுதிப் போட்டியில் 'எருமை வளர்த்து வறுமை போக்கு' எனும் தலைப்பில் பேசினேன். முதற்பரிசாக முப்பதாயிரம் ரூபாய் கிடைத்தது. அவ்வளவு பணத்தைப் பத்திரமாகக் கொண்டு சேர்க்க வேண்டுமே. ஊர் திரும்பும்வரை ரயிலில் தூங்கவே இல்லை. சாத்தான்குளம் ரயில் நிலையம் வந்தபோதுதான் நிம்மதிப் பெருமூச்சு விட்டேன்.

ஒன்பதாம் வகுப்பில், கதை சொல்லும் நிகழ்வொன்று. கறுப்புச் சட்டை அணிந்த அண்ணன்மார்கள் ஏற்பாடு செய்திருந்தார்கள்.

நான் தமிழ்ச் சிறுகதைகளின் தகப்பனார் பேரறிஞர் அண்ணாதுரை செதுக்கிய ‘செவ்வாழை’ எனும் கதையை உருக்கமாகச் சொன்னேன். பலரும் ஒப்புக்கொள்வீர்கள். இன்று வாசித்தாலும் துக்கம் தொண்டையை அடைக்கச் செய்யும் துயர்மிகு காவியம். மூன்றாம் வகுப்பு முதல் பன்னிரண்டாம் வகுப்பு வரை பயில்வோரை மூன்று பிரிவுகளாகப் பிரித்திருந்தனர். ஆண்கள், பெண்கள் எனத் தனி உட்பிரிவு. ஆக மொத்தம் ஆறு பிரிவுகளில் பரிசுகள். என் பேச்சில் நெக்குருகிய விழா கமிட்டியார், ஆறு பிரிவுகளுக்குமான முதல் பரிசையும் எனக்கே அளித்தார்கள். ஆறு வெள்ளி காமாட்சி விளக்குகள். இரண்டு விளக்குகளை இரு அக்காள்களுக்கும், இரண்டு விளக்குகளை இரு அண்ணிகளுக்கும், ஒரு விளக்கைப் பூர்வீக வீட்டிற்கும் கொடுத்தேன். ஆறாவது விளக்கை எதிர்கால வாழ்க்கைத் துணைக்காக எடுத்து வைத்திருந்தேன். திருக்குறளரசிக்கு அளித்த முதல் காதல் பரிசு அதுதான்.

அதே ஆண்டில் ‘நான் முதல்வரானால்’ எனும் கட்டுரை எழுதினேன். உலகளாவிய அரசியல் சிந்தனைகளை உள்ளடக்கி எழுதப்பட்ட அந்தக் கட்டுரையை வாசித்த தலைமை ஆசிரியர், துணைப்பாடத்தில் இருந்த முவவின் கரித்துண்டிற்குப் பதிலாக இந்தக் காகிதத் துண்டை துணைப்பாடமாக வைக்கலாமே என்று தமிழய்யாவிற்குக் குறிப்பு எழுதினார். அதாவது நான் எழுதிய கட்டுரை எனக்கே பாடமாக. தற்செயலாகப் பள்ளி ஆய்வுக்கு வந்த பள்ளிக்கல்வித் துறை அதிகாரி நின்றசீர் நெடுமாறன் இதைக் கேட்டு வியந்து பாடத்திட்டத்திற்கே பரிந்துரைத்து அரசுக்கு எழுதினார். பள்ளித் தாளாளர் அருள்தந்தை ஏசுவடியானுக்குப் பெருமை பிடிபடவில்லை. விழா எடுத்தே ஆகவேண்டும் என்று பிடிவாதம் பிடித்தார். அம்மேடையில் எமக்கு வழங்கப்பட்ட ஆப்பிள் மடிக்கணினியில்தான் இந்தக் குறிப்பையே எழுதுகிறேன். மலர்க் கிரீடம், வீரவாள் போன்ற மேடை மரபுகள் புழக்கத்தில் இருந்த காலம். தங்கப்பழம் நாடார் தன் செலவில் 8 கிராம் எடையுள்ள மினியேச்சர் தங்கப்பேனா கொடுத்தார். அப்பா ஆயிரந்தான் இருந்தாலும் முவவுக்குப் போட்டியாக நிற்பதா என்று வருந்தினார்.

போதும். லஜ்ஜையாக இருக்கிறது. நிறுத்திக்கொள்கிறேன். இதற்கெல்லாம் அடித்தளம் போட்டவர்கள் இவர்கள்தான் *Viswa GanesanManikkaraj SivakamiDivya Kannan*

இன்று ஒரு கட்டுரைக்காகப் பத்தாயிரம் ரூபாய், உரைக்காக ஒரு லட்சம் ரூபாய் சன்மானம் வாங்குகையில், ஒவ்வொரு ஆண்டும் ஏழெட்டு லட்சம் ரூபாய் வருமான வரியாகவே செலுத்துகையில் இவர்களையெல்லாம் நெஞ்சுருக நினைத்துக்கொள்வதுண்டு.

நூற்பு

நானொரு வேட்டிக் கோட்டி. பாலராமபுரம் வேட்டிகள் என்றால் ரொம்பப் பிரியம். இரண்டு பாலராமபுரம் இருந்தால் இந்தியாவையே சுற்றி வரலாம். வந்திருக்கிறேன். அதன் சௌந்தர்யமும் சௌகர்யங்களும் சொல்லிப் புரியவைக்க முடியாதவை.

திருவனந்தபுரம் திரைப்பட விழாவுக்குச் செல்கையில் பா.புரம் சென்று கறுப்பு பார்டரின் இரு புறமும் மெல்லிய பொன் ஜரிகை வேய்ந்த வேட்டிகளை வாரி வருவதும் வருடம் முழுக்க அணிவதும் எம் வழக்கம். நொய்மையாகும்தோறும் மென்மேலும் மிருதுவாகவும் குளிர்ச்சியாகவும் இருக்கும்.

'பல்ராம்ரம்... கொட்டைக்க ஏசில்லா' என்று குவாலியர் கோட்டைச் சாலையில் வடைக் கடை போட்டிருக்கும் வடசேரிக்காரர் ஒருவர் வியந்தோதியதற்கு இலக்கியச் சாட்சியங்கள் உண்டு. பிறகந்த இந்தியப் பயணத்தின்போது வேட்டிகளைக் காப்பாற்றக் கண்விழிக்க வேண்டியதாயிற்று.

இப்போது திரைப்பட விழாக்களும் இல்லை. திருவனந்தபுரப் பயணமும் இல்லை. கோபிகாவும் இல்லை. இணையத்தில்

வாங்கலாம்தான். திருச்சி சிவாவிற்கு ஆர்டர் போட்டால் திண்டுக்கல் லியோனி வந்து நிற்பார். வெளங்காது.

நூற்பு சிவகுருநாதன் கைத்தறியில் உற்பத்தி செய்யும் சட்டை, வேட்டிகளை வீட்டடிக்கு நான் பயன்படுத்துவதுண்டு. வெப்பக் கோடைக்கு உகந்தவை. சமீபத்தில் இரண்டு ருத்ராட்ச பார்டர் வேட்டிகளை வாங்கினேன். பாலராமபுரத்தைவிட சொகுசு. தொழில் சந்திப்புகளுக்கு நான் வேட்டியில் போவதுண்டு. 'நல்ல மெஜஸ்டிக் லுக்கா இருக்கே' என்று க்ளையன்ட்டுகள் வியந்து கேட்பார்கள். வேட்டிகளைப் பற்றி யார் என்ன பேசினாலும் நான் சாமியாடத் தொடங்கிவிடுவேன். வேறென்ன, ஒரு நீண்ட உபன்யாசம்தான்.

தொட்டிலுக்கென்றே தனி வேட்டிகள் நெய்யப்படுவது பலருக்கும் தெரியாது. எட்டுக் கோடித் தமிழருக்கும் தொட்டில் வேட்டி அரசாங்கம் கொடுக்கும் ரேசன் வேட்டிதான். அதெல்லாம் பிள்ளைகளுக்கு எவ்வளவு பெரிய துன்பம் என்று நாம் அறிந்திருக்கவில்லை.

வேட்டிகளைப் பற்றி நிறைய பேசவும் எழுதவும் பிரஸ்தாபிக்கவும் வேண்டியிருக்கிறது. இங்கே இவ்விதமாக நூற்பின் வேட்டிகளை நண்பர்களுக்குப் பரிந்துரைக்கிறேன்.

இரட்டைக்கொலை

எனக்கு மிகவும் வேண்டப்பட்டவர் வணிகவரித் துறையில் பேரதிகாரியாக இருக்கிறார். ஒரு தொழில் நிறுவனத்திற்கு விசாரணைக்காகச் சென்றால் வாகனத்தை இன்னொரு தெருவில் நிறுத்திவிட்டு இறங்கி நடந்து செல்வார். அதிகாரி வந்ததோ விசாரித்ததோ எவருக்கும் தெரியாது. சில சமயங்களில் தனது வாகனத்தை ஊர் எல்லையிலேயேகூட நிறுத்திவிடுவார். ஆர்வம் தாளாது ஒருநாள் கேட்டேவிட்டேன். "நாம போறது விசாரணைக்கு அல்லது ஆய்வுக்கு... தடபுடலாப் போய் இறங்கினால் வியாபாரி தப்பு செஞ்சிருக்காரோ இல்லையோ பஜார் முழுக்க இன்னார் கடையில ரெய்டாம்னு வதந்தி பரவிடும். அது தொழிலைப் பாதிக்கும். பாவம்."

இன்னொரு நண்பர் காவல் துறையில் உச்சபட்ச அதிகாரி. அவருக்கு பென் டிரைவ் முதல் செல்போன்வரை நான்தான் வாங்கிக்கொடுக்க வேண்டும். சம்பளம் வாங்கியதும் பணத்தைக் கொடுத்துவிடுவார். 'நேரடியாகச் சென்று வாங்கினால், விற்பவர் பணம் வாங்க மறுக்கலாம். அல்லது கணிசமான தள்ளுபடி

தரலாம். முழுப் பணம் கொடுத்து வாங்கினாலும் வெளியுலகம் நான் அதை லஞ்சமாகப் பெற்றேன் என்றுதான் கூறும். சர்வீஸில் இருக்கும்வரை எந்தக் கடைக்கும் போகமாட்டேன்' என்பார்.

சாத்தான்குளத்தில் படுகொலை செய்யப்பட்ட தம்பி என்னுடைய ஆத்ம நண்பர்களுக்கு நண்பன். பரஸ்பரம் புன்னகைத்துக்கொள்ளும் அளவிற்குத்தான் எங்களுக்குள் பழக்கம். அவர் வாடகைக்கு இருக்கும் செல்போன் கடையும் எனது தூரத்து உறவினருக்குரியது. சாதி மதப் பாகுபாடுகளற்று எல்லோருடனும் நெருங்கிப் பழகும் இனியன் என்பதைக் கொரோனாவிலும் கொட்டும் மழையிலும் அவனுக்காகத் திரண்ட பெருந்திரள் நிரூபித்தது. நண்பர்கள் மூன்று நாட்களாகத் தொலைபேசியில் அழைத்து தங்கள் ஆற்றாமைகளைக் கொட்டி அழுகிறார்கள்.

ஃப்ளாயிட் படுகொலைக்கு அமெரிக்காவே நின்று எரிந்தது. பென்னிக்ஸ் மற்றும் ஜெயராஜ் படுகொலை அதனினும் குரூரமானது. இருவரும் குற்றப் பின்னணி ஏதுமற்றவர்கள். தம் உழைப்பில் வாழ்பவர்கள். அப்பாவிகள். ஸ்மார்ட்போன்கள், சிசிடிவி காமிராக்களின் பெருக்கத்திற்குப் பிறகு காவல்துறையின் மனிதத்தன்மையற்ற செயல்பாடுகள் அன்றாடம் அம்பலமாகிவருகின்றன. கட்டற்ற எதேச்சதிகாரம், கருணையற்ற செயல்பாடுகள், கேட்பாரற்ற நிர்வாகம், வசதியான ஓட்டைகள். இருக்கும் ஓரிரு மனித உரிமைச் செயல்பாட்டாளர்கள் மீதும் நாம் அவதூறுகளை வேண்டிய மட்டும் இறைத்து வைத்திருக்கிறோம். அவர்கள் தங்கள் கற்பைச் சதா நிரூபித்துக்கொண்டே இருந்தாக வேண்டும்.

இந்தப் படுகொலைகளின் அனைத்துக் கோணங்களும் இந்தியா முழுக்க அலசப்பட்டு கண்டனம் தெரிவிக்கப்பட்டுவிட்டன. இதில் வணிகர் சங்கங்களின் தோல்வி வசதியாக மறக்கப்பட்டு விட்டது. இரவில் கைதான பென்னிக்ஸ்ஃம் ஜெயராஜ்ஃம் இரண்டு நாட்கள் கழித்துப் பிணமாகும்வரை வியாபாரிகள் சங்கத்தால் ஒன்றும் செய்ய இயலவில்லை என்றால் இத்தகு அமைப்புகளின் தேவைதான் என்ன?

தமிழகத்தில் உள்ள வணிகர் அமைப்புகளின் மீது எனக்குப் பெரும் ஒவ்வாமை உள்ளது. சாதிச் சங்கம் போலத்தான் அதன் செயல்பாடுகள் உள்ளன. தவறான வழியில் செல்பவர்களை அவர்களால் கண்டிக்கவும் முடியாது. பென்னிக்ஸ் போன்ற அப்பாவிகளைக் காப்பாற்றவும் முடியாது.

ஒரொரு பிரச்னையின் போதும் போஸ்டர் அடித்து ஒட்டுவது அல்லது கடையடைப்பு செய்வது தாண்டி வணிகர் சங்கங்கள் என்ன செய்கின்றன? அமைப்பு ரீதியாக வணிகர்களின் நலன்களைப் பாதுகாக்கும் எவ்வளவு விஷயங்களைச் செய்திருக்க முடியும்? பதுக்கல், கலப்படம், காலாவதியான பொருளை விற்பனை செய்வது போன்ற முறையற்ற வணிகச் செயல்பாடுகளை உடனுக்குடன் கண்டிப்பதன் மூலம் மக்களின் நன்மதிப்பைப் பெற்றிருக்க முடியும். இப்போது வியாபாரிகளுக்கும் பலனில்லை. மக்களுக்கும் பலனில்லை.

அறமற்ற வழியில் பென்னிக்ஸ்ஸும் ஜெயராஜும் சிறையில் அடைபட்டுச் சித்திரவதை செய்யப்பட்ட நள்ளிரவிலே வியாபாரிகள் சங்கத்தின் பொறுப்பாளர்கள் அனைத்து காவல்துறை உயரதிகாரிகளையும் அழைத்துப் பேசியிருக்க வேண்டும். சட்டமன்ற, நாடாளுமன்ற உறுப்பினர்களுக்கு அந்த இரவிலேயே தகவல் சேர்ந்திருக்கவேண்டும். உள்ளூரின் அத்தனை கட்சிப் பொறுப்பாளர்களும் ஊடகவியலாளர்களும் அழைக்கப்பட்டிருக்க வேண்டும். காவல் நிலையத்திற்கு வெளியே ஊரின் பெரிய மனிதர்களும் வியாபாரிகளும் நூற்றுக்கணக்கில் திரண்டு நின்றிருந்தால் காவல் நிலையத்தைப் பூட்டிவிட்டு அப்பாவிகளின் குதத்தில் குச்சியைச் செருகும் துணிவு அவர்களுக்கு வந்திருக்குமா? இவற்றைச் செய்யும் வலு இருந்திருந்தால்தான் அந்தச் சங்கம் நீடித்திருப்பதில் பொருள் இருக்கிறது.

சிறு குறு வணிகர்கள், நடைபாதை வியாபாரிகள் அரசு இயந்திரத்தால் எப்படி நடத்தப்படுகிறார்கள் என்பதை வெளிப்படுத்தும் வீடியோக்கள் அன்றாடம் வெளியாகிக்கொண்டிருக்கின்றன. அவற்றைக் கண்டு

பொதுமக்கள் அடையும் கொந்தளிப்பைக்கூட இந்தச் சங்கப் பொறுப்பாளர்கள் அடைவதில்லை. பழ வண்டிகளை ரோட்டில் கவிழ்த்தாலும் கேட்க மாட்டோம். பள்ளி செல்லும் சிறுவனை அடித்துச் சட்டையைக் கிழித்தாலும் கோவையில் அடித்து இழுத்துச் செல்லப்பட்ட அந்தச் சிறுவன் என்னவானான்? கேட்க மாட்டோம்.

பென்னிக்ஸு-க்கும் ஜெயராஜு-க்கும் இழைக்கப்பட்ட அநீதிகளுக்கு எதிரான சட்டப் போராட்டத்தை வணிகர் சங்கமே மேற்கொள்ள வேண்டும். கொலையாளிகள் தண்டனை பெறும்வரையில் சட்ட நடவடிக்கைகள் தொய்வடையாது பார்த்துக்கொள்ள வேண்டும். தொழில் புரிவோர் கொடுங்குற்றவாளிகளைப் போல அவமரியாதை செய்யப்பட்டு வன்முறைக்கு ஆளாக்கப்படும் நடைமுறைகள் மாற்றப்பட அரசுக்கு அழுத்தம் கொடுக்கப்பட வேண்டும். வியாபாரிகளுக்கும் வழிகாட்டும் நெறிமுறைகள் உருவாக்கப்பட வேண்டும்.

கொரோனாவில் சேவையாற்றும் மருத்துவர்கள், துப்புரவுப் பணியாளர்கள், காவல்துறையினர் போலவே, அதிகாலை எழுந்து மார்க்கெட்டுக்குச் சென்று காய்கறிகள் வாங்கி வந்து தெருக்காட்டுக் கடைகளில் விற்பனை செய்யும் அண்ணாச்சிமார்களும் வணக்கத்துக்குரியவர்கள்தான். அவர்களும் உயிரைப் பணயம்தான் வைக்கிறார்கள். இன்னும் சொல்லப்போனால் அரசூழியர்களுக்காவது ஆயிரத்தெட்டு பாதுகாப்புகள் இருக்கின்றன. அண்ணாச்சியைப் பாதுகாக்கத்தான் யாரும் இல்லை.

நாடடங்கு நாட்களில், திருக்குறளரசி

'ஜாப் ஒர்க்' கடந்த நாற்பதாண்டுகளாகத் திருக்குறளரசியின் குடும்பத் தொழில். பத்து டெய்லர்களை வைத்துக்கொண்டு குடிசைத் தொழிலாகச் சிலருக்கு வாழ்வளித்துவந்தது. டீமானில் அது நிலைகுலைந்தது. ஜிஎஸ்டியில் நிர்மூலமானது. நாடடங்கு சுக்கல் சுக்கலாக்கிற்று. பாதி டெய்லர்கள் சொந்த ஊருக்குத் திரும்பி கட்டட வேலைக்கும் கல் உடைக்கவும் சென்றுவிட்டார்கள். மீதிப் பேர் திருப்பூரில் தலைச் சுமையாகக் காய்கறி விற்கலானார்கள்.

திரு வீட்டார் கல்வி கற்றவர்கள் அல்லர். டெய்லரிங் மட்டுமே அறிந்தவர்கள். அரசின் ஜிப்ரிஷ் திட்டங்களின் முன் திகைத்து ஏழ்மை இல்லாமல் தொழிலைக் கைவிட்டு அவர்களும் சாலையோரங்களில் காய்கறி போட்டு விற்கலானார்கள். ஊரே தெருவுக்கு வந்து கடைபோட்டால் கொள்வார் யார்? நாள் முழுக்க வெயில் கருகி தலை கொதிக்க நின்றாலும் 100 ரூபாய் தேறாது.

வீடடங்கு நாட்களில் ஒரு நாள் மனம் கசந்து திருவிடம் சொன்னேன், 'எம்பிஏ படிப்பும், ஊடக அனுபவமும், இவ்வளவு வாசிப்பும் குடும்பத்தாரை ரோட்டில் திரியவிடத்தானா?'

அதை ஒரு சவாலாக ஏற்றுக்கொண்டு தையல் யூனிட்டுக்குப் பொறுப்பேற்றுக்கொண்டாள்.

என்னுடைய பால்ய கால சினேகிதன் ஞானராஜின் ஆலோசனையின் பேரில் முதலில் மாஸ்குகளும் பிற்பாடு பச்சிளம் குழந்தைகளுக்கான ஆடைகளும் தயாரிக்க ஆரம்பித்தாள். ஜாப் ஓர்க் மட்டுமே என்றிருந்த நிறுவனம் இளம்ஸ் எனும் நாமகரணம் சூட்டப்பட்டு 'பிராண்ட்' உருவாக்கத்தில் ஈடுபடலாயினர்.

'பணத்திற்காக மட்டும் ஒன்றைச் செய்யாதே' என்பது அப்பா எங்கள் குலத்திற்குக் கொடுத்துச் சென்ற ஆப்த வாக்கியம். திரு ஆய்வில் இறங்கினாள். ஊரகப் பகுதிகளில் பச்சிளம் குழந்தைகளுக்கென விற்கப்படும் பெரும்பாலான ஆடைகள் மிக மிக மட்ட ரகமானவை. மலினமான துணியில் தயாரிக்கப்படுபவை. மொத்த உற்பத்திச் செலவே முப்பது ரூபாய் தாண்டாதவை. ஜோடனை செய்து பத்து மடங்கு விலை வைத்து விற்கப்படுபவை. கையுறை, காலுறை, கழுத்துப் பட்டி என, சிறிதும் உபயோகமற்ற திணிப்புகள் கொண்டவை.

ஏற்றுமதி தரத்திலான துணிகளை வாங்கி குழந்தைகளுக்கேற்ற வடிவமைப்பில் தயாரிக்க ஆரம்பித்தார்கள். ஜிகினா ஜோடனைகளைவிட ஆடை மிருதுவாகவும் குழந்தையின் சருமத்திற்கு ஏற்றதாகவும் இருக்கவேண்டுமென்பதில் கவனம் செலுத்தினார்கள். பிளாஸ்டிக் விளையாட்டுச் சாமான்களுக்குப் பதில் விதைகள் இடப்பட்ட ஓலைக் கிலுக்குகளைச் சேர்த்தார்கள். அசலான வேங்கைப் பொட்டு, வசம்பு வளையல்கள், உச்சிப்பொடி என தமிழ்க் குழந்தைகள் மீது நிஜமான அக்கறை கொண்ட முழுமையான பேபி செட் அழகிய வடிவமைப்பில் கடைகளுக்குச் சென்றது.

ஆரம்பத்தில் எவரும் சிந்தவில்லை. நாடடங்கில் பல கடைகளுக்கு வழக்கமான ஆயத்த ஆடைகள் சரிவரச் சென்று சேரவில்லை. வேறு வழியில்லாமல் கடைக்காரர்கள் ஒன்றிரண்டு பாக்ஸ்கள் வாங்கி வைத்தார்கள். மெல்ல விற்கத் தொடங்கியது. அழகுக்காக

அன்றி அதன் பின்னாலுள்ள அக்கறைக்காக வியக்கப்பட்டது. சரசரவென்று அந்த ஐடியா பற்றிக்கொண்டது.

திருப்பூருக்கும் ஈரோட்டிற்கும் கோவைக்கும் இடையே திரு காரில் பறந்துகொண்டே இருந்தாள். வீடடங்கினால் பணியிழந்த நண்பர்களே ஒவ்வொரு ஊருக்கும் முகவர்களாயினர். லாபத்தில் கணிசமான தொகை அவர்களுக்குப் பகிரப்பட்டது. டெய்லர்கள் திரும்பி வந்தார்கள். ஆட்கள் போதவில்லை. விளம்பரம் செய்து ஆட்களைக் கூடுதலாக நியமனம் செய்தாள். வேலை மேஜைகள் போதவில்லை. தையல் இயந்திரங்கள் அதிகரிக்கப்பட்டன. 'அழுதுக்கிட்டு இராதே... உழுதுக்கிட்டு இரு' என அப்பா ஓயாமல் சொல்லும் வாக்கியம் அவள் வாயில் அடிக்கடி வந்து விழுவதைக் கவனித்தேன்.

நான் திருக்குறளரசியின் தொழில் முயற்சிகளில் கவனம் செலுத்துவதும் இல்லை. கருத்துச் சொல்வதுமில்லை. நம்முடையது தேங்காய்ப் பால் சித்தர் வாழ்க்கை முறை. 'உழைப்பை ஒழிப்போம்; இணையத்தில் திளைப்போம்' என்பது அதன் கொள்கை.

நேற்றிரவு இளம்ஸின் ஃபேஸ்புக் பக்கத்தில் ஏராளமான தயாரிப்புகள் முளைத்திருந்ததைப் பார்த்தேன். மகிழ்ச்சியாக இருந்தது.

அர்த்தமண்டபத்தின் இன்ஃபோடெய்ன்மென்ட் நிகழ்வுகளைத் தமிழகம் முழுக்க நடத்த வேண்டும் என்பது அவளது ஆசை. லாக்டவுன் அதை இல்லாமலாக்கியது. உற்பத்தியும் வணிகமும் அவள் நினைத்திராதது. அவள் இயல்புக்குப் பொருந்தாதது. ஆனால், நிலைமை தலைகீழ்.

பாராஸைட் படத்தில் வெள்ளத்தில் சிக்கிச் சீரழிந்து ஒரு மைதானத்தில் தங்கவைக்கப்பட்டிருக்கும்போது அப்பா மகனிடம் 'வாழ்க்கையில் எதையுமே திட்டமிடாதே' என்பார் இல்லையா. எனக்கும் அப்படித்தான் தோன்றுகிறது.

பொற்காலம்

சாப்பிட்டு, கைகழுவும் சிங்க் அருகே ஒரு ஜாடியில் அடர் பழுப்பு ஸ்படிகம் போல சாகுல் கொடுத்தனுப்பிய பனங்கற்கண்டு இருக்கும்.

வீடடங்கு தொடங்கியதிலிருந்து ஒரொரு வேளை உணவிற்குப் பின்னும் ஒரு கற்கண்டுக் கல்லை வாயிலிட்டுக் கொள்வேன். அதுவே சிறிதாகக் கரையும்வரை அதக்கிக்கொள்வேன். சொட்டுச் சொட்டாய் இனிப்பு தொண்டைக்குள் இறங்கும். திவ்யமான திருக் கணங்கள். கண் மூடி அச்சுவையை தியானிப்பேன். பால்கனி வழியாக நுழையும் காற்று சட்டையணியாத மார்பில் மோதும் பலராமபுரத்தை மடித்துக் கட்டிக்கொண்டு பிரம்பு நாற்காலியில் சரிந்து வாழும் கணம், வாழும் கணம் என்று உள்ளுக்குள் சொல்லிக்கொள்வேன்.

தற்செயலாக நண்பர்கள் யாராவது அழைத்தால், 'எப்பவாச்சும் சாப்பிட்ட வாய்க்கு ஒரு பனங்கற்கண்டு போட்டிருக்கிராவேய்...?' எனக் கேட்பேன். முங்கச் சாத்திய மதிய உணவிற்குப் பின் கொங்குதேர் வாழ்க்கைத் தொகுப்பிலிருந்து ஒரு கவிதையை – ஒரே ஒரு கவிதையை – வாசித்து அதன் உச்ச வரியை உருப்போடுவதுண்டு. கவிதையும் பனங்கற்கண்டுச் சாறும் இரண்டறக் கலந்து துளித்துளியாக உள்ளிறங்கும்.

அத்தருணங்களில் ஒரு தற்காலிக மிராசுதாரராக உணர்வேன். இருபத்து நான்கு வருடங்களாகக் கஞ்சிக்கு ஓடி ஓடிக் களைத்தவனுக்கு இயற்கை கொடுத்த ஓய்வுதான் இந்த நாடடங்கு எனும் எண்ணம் பொங்கும். கண்களைத் துடைத்துக்கொள்வேன்.

என்னுடைய அன்றாட வேலைகளை நானே தீர்மானித்துக் கொள்ளும் சுதந்திரத்தைத் தற்சிறை வாழ்க்கை அளித்திருக்கிறது. டார்கெட் எனும் மூளைக்குள் குடையும் மண்புழு சற்று மயக்கத்தில் உறங்குகிறது. சட்டென்று யாரோ உலுக்கி எழுப்பி இதெல்லாம் ஒரு கனவு என்று பழையபடி கொளுத்தும் வெயிலில் லெக்ஷ்மி மில்ஸ் சிக்னலில் இழுத்து நிறுத்திவிடுவார்களோ எனும் பயம் எழும். ஆம், கொரோனா உருவாக்கியிருக்கிற கட்டுப்படுத்தப்பட்ட அலைச்சல் எனும் இந்தப் புதிய வாழ்க்கை முறையை நான் உளமார நேசிக்க ஆரம்பித்துவிட்டேன். நெரிசல், கூச்சல், இரைச்சல், புகை, புழுதி, வெக்கை, பொய்மை, பொறாமை, வஞ்சம், அர்த்தமற்ற சந்திப்புகள், இளிப்புகள் குறைவான வாழ்க்கை. இதே சவுந்தர்ய லஹரியைக் காலம் காலமாக அனுபவித்தவர்கள் மீது 'கள்ளப் பயல்களா' என்னும் பொறாமைப் புன்னகை படர்கிறது.

இந்தக் கொரோனாவால் வருவாய் குறைந்திருக்கிறது. பணியிழப்பின் கூர்முனைக்குச் சென்று திரும்பியிருக்கிறேன். சௌகர்யங்கள் நீடிக்குமா எனும் சந்தேகம் வலுக்கிறது. சில முக்கியமான மனிதர்கள் வாழ்க்கைப் பயணத்திலிருந்து விடைபெற்றுக்கொண்டார்கள். ஆயினும், 39ஆவது வயதில் அடியெடுத்து வைக்கும் இந்த இரவில் மனைவி பிள்ளைகளோடு மகிழ்ந்து கொண்டாடி நாள் கிழமை நேரம் பொருட்படுத்தாத இந்த வீடடங்கு நாட்களையே வாழ்வின் மிகச் சிறந்த காலகட்டம் என்பேன். வேலை, இலக்கியம், உணவு, இசை, மனைவி, பிள்ளைகள், நண்பர்கள் என என் அம்பறாத்தூணியின் ஏழு அம்புகளையும் என் மனம் போன போக்கில் திரும்புகிற திக்கில் பயன்படுத்துகிற பொற்காலம்.

ஆற்றுத் தடத்தில் கிடக்கும் சரளைக் கல் போன்ற மிகச்சிறிய பனங்கற்கண்டுத் துண்டு எதனால் இவ்வளவு பரவசத்தைத் தருகிறது. மொஸார்ட்டில், யானியில், இளையராஜாவில், பிஸ்மில்லாகானில் அருளப்படும் உள உடைவு விழியீரம் பனங்கற்கண்டிலும் சாத்தியமாகிறதே எப்படி? சிவராம காரந்தில், சிங்காரத்தில், டால்ஸ்டாயில் நிகழும் கட்டற்ற உளநெகிழ்ச்சி இந்தக் கல்லுக்குள் வந்தது எப்படி? இதன் நிறமா? விசேஷித்த மணமா? இணை வைக்க முடியாத சுவையா?

இதற்குள் கலந்திருப்பது மண்ணின் மணம். கல்லின் குணம். உப்பின் தித்திப்பு. என் மூதாதைகளின் உப்பு. பனங்கற்கண்டு தின்னும் போதெல்லாம் என் மண்ணைத்தான் தின்கிறேன். என் தாயும் தந்தையும் சாம்பலாய்க் கரைந்து பூமிக்கு உரமாகிவிட்ட நிலத்தின் உப்பு. அந்த உப்பு இருக்கும்வரை வாழ்க்கை இனிக்கும். வாழும் கணங்கள் இருக்கும்.

பனையில்லா ஊரில் குடியிருக்க வேண்டாம்.

நாவை அடைவது நற்சுவையாகுக!

இனிய ஜெ,

பிப்ரவரியின் தொடக்கத்தில் மருத்துவர் 'சர்க்கரை ஜாக்கிரதை' என்றார். உடனே காபி துறந்து, கடலை மிட்டாய் மறந்து கடும் தவம் புரிந்து ஓடத் தொடங்கினேன். 73லிருந்து சரெலென 65. 'உன்னை மாதிரி ஒவ்வொருத்தனும் இருந்தா நான் க்ளினிக்கைப் பூட்டிட்டு உன்கூட ஓட வந்துற வேண்டியதுதான்' என்றார் டாக்டர். அப்படியே ஓட்டத்தை நீட்டி மாரத்தான் பயிற்சி பெறும் எண்ணத்தில் விலையேறின ஷூக்கள் வாங்கினேன். வந்தான் கொரோனா.

தற்சிறை நாட்களில் இறகுப் பந்து விளையாடக் கற்றுக்கொண்டேன். வெறித்தனமான ஆட்டம். நாளொன்றுக்கு மூன்றரை மணி நேரம். அதுவும் சிமெண்ட் தளத்தில். உடலெல்லாம் தெப்பலாகி மைதானத்திலே வீழும்வரை. சரக் 62.

ஓடவும் ஆடவும் சாடவும் செய்கையில் உணவின் மீதான வெறி குறைந்தது. ஒரு கட்டத்தில் வெள்ளையாக எதைக் கண்டாலும் 'ச்சை... உவ்வேக்' என மனம் கோணும். திடீரென ஒரு நாள் வலது கால் முட்டு மடக்க ஏலவில்லை. ஊன்றவோ

நடக்கவோ படியேறவோ முடியாத வலி. அங்கே இங்கே சுற்றி ஒண்ணும் விளங்காது போகவே நாஞ்சிலாரின் மருமகன் மருத்துவர் விவேகானந்தரிடம் காலைக் காட்டினேன். 'சிமென்ட் தரையில் முறையான ஸ்ரெச்சுகள் செய்யாமல் பல மணி நேரங்கள் பாட்மின்ட்டன் ஆடியதன் விளைவு. முட்டித்தொப்பி அணிந்துகொள்ளுங்கள்' என்றார். குழம்பாண்டாம். நீ-கேப் என்பதற்குத்தான் அப்படி தமிழ் தந்திருக்கிறேன்.

மே, ஜூன், ஜூலை என மூன்று மாதங்கள் நடக்கவே முடியவில்லை. மனசுக்குள்ளே வாக்கிங் போய்ப் பார்த்தேன். இனி வெளங்காது என்று முடிவெடுப்பதற்குள் தோராயமாக நாற்பது மட்டன் சுக்காக்கள், அன்றாடம் நான்கு காபி வயிற்றுக்குள் பாய்ந்து படக் 74. இப்போது சரணடைந்திருப்பது யோகி சௌந்தர்ஜியிடம். ஆன்லைனிலேயே அடிக்கப் பாய்கிறார். பயந்து பாயில் உருண்டு கொண்டிருக்கிறேன். இப்போது என்ன தோன்றுகிறதென்றால் மாரத்தான், பாட்மின்ட்டன்களுக்குப் பதிலாக சுமோவுக்குத் தயாராகலாமே...

அடியேன் திருவுள்ளம் சொல்லவருவதென்னவென்றால் தாங்கள் தட்டுத்தடுமாறி ஓடும் ஓட்ட வீடியோக்களைப் பார்த்தேன். ஓட்டமும் சாட்டமும் நம் போன்ற ஞானியர்க்குத் தேவைதானா என்பதை மறுபரிசீலனை செய்யவும். மலை மேலமர்ந்து மாங்காய்ப் பால் குடிப்பவர்கள் கட்சியில் சேராண்டாம். நாம் வழமை போல தெரு வழியே சென்று தேங்காய்ப் பாலே குடிக்கலாம். கேட்கமாட்டீர். நாயன்மார் டிசைன் அப்படி. குறைந்தபட்சம் ஸ்ட்ரெச்சிங்காவது செய்யவும். எளிய உபாயம் காலை ஓட்டத்திற்கு முன் ராஜமாணிக்கத்திற்கு போன் செய்து 'எதுனா அரிய திட்டம் வச்சிருக்கீங்களா நாட்ட வளத்தறதுக்கு' என்று கேட்கலாம். உடல், தானே அதிர்ந்து குலுங்கி எதற்கும் தயாராகிவிடும்.

12-ஆவது நூலை எழுதிக்கொண்டிருக்கும் அர்த்த ராத்திரியில் நீ என்ன ஏ.ஆர்.ரஹ்மானா? ராவானா லைட்டைப் போட்டு உசிர எடுக்கீயே திரு) கோகுலாஷ்டமிக்குச் செய்து மீந்த பாயசத்தை

ரகசியமாகச் சூடு பண்ணி சப்புக்கொட்டிக் குடித்தபடியே 'நான் என் உடலே' எனும் வரியை வாசித்தபோது எனக்குத் தோன்றிய தரிசனம் 'நான் என்பது என் நாக்கே'.

உடம்பை வளர்த்தேன் உயிர் வளர்த்தேனே. மானே தேனே பொன்மானே.

எஸ்பிபி

எஸ்பிபிக்கு கோவையில் வாழ்நாள் சாதனையாளர் விருது வழங்கப்பட்டது. அவரைப்பற்றிய ஆவணப்படம் ஒன்றை பிரதீப் யுவராஜ் அண்ணா தயாரித்தார். வழக்கமான விருதுவிழா ஏவி போலல்லாது எஸ்பிபி குடும்பத்தார், நண்பர்கள், வாத்தியக்காரர்கள் எனப் பலரிடம் இருந்தும் அபூர்வமான தகவல்களைப் பெற்று மிக நேர்த்தியாக உருவாக்கப்பட்ட ஆவணப்படம். அதற்கு நானும் வித்யா அக்காவும் பின்னணி பேசினோம். கூடுதலாக விழாவையும் தொகுத்து வழங்கினோம். என் மூகரப் பிரச்சனை உலகறிந்தது. கூடுதலாக அன்று ரோலிங் வேறு. 'பாடும் நிலா பாடு' என்றுவிட்டேன் பதட்டத்தில்.

ஏற்புரையில் எஸ்பிபி எங்களை வெகுவாகப் பாராட்டினார். 'இப்படியொரு தமிழ்ச் சொற்பெருக்கைக் கேட்டதில்லை' என்றார். மேடைக்கழைத்து நெஞ்சாரத் தழுவினார். தழுவுகையில் என் காதில் ரகசியமாக... மிக ரகசியமாக... எனக்கு மட்டும் கேட்கும்படி 'மூகரம் பார்த்துக்கடா கண்ணா...' என்று கிசுகிசுத்தார்.

அத்தோடு விடவில்லை. அவர் தங்கியிருந்த விடுதிக்கு மறுநாள் எங்கள் மூவரையும் வரவழைத்து மீண்டும் ஒருமுறை

கூச்சப்படுமளவிற்குப் பாராட்டினார். அப்போதும் என்னைத் தனியே அழைத்து மேடை உரைகளுக்குத் தயார் செய்யும்போது கவனிக்க வேண்டியவற்றைச் சொன்னார். இரவுணவை அவரோடு உண்டோம். எங்களுக்காகச் சில பாடல்கள் பாடினார்.

பாராட்டைப் பலர் அறிய பொதுவில், விமர்சனத்தை மிக மிக மிருதுவாக தனியாக அழைத்துச் சொல்வது. வாழ்நாள் முழுக்க அவர் குணம் அப்படித்தான் என்பதை, சிங்கர் நிகழ்ச்சிகளில் அவர் பேசுவதில் இருந்து அறிந்திருப்பீர்கள்.

இன்னொரு எஸ்பிபியையும் பார்த்திருக்கிறேன். கோவையில் ஒரு புத்தாண்டுக் கச்சேரி. பாடகர் ஒருவர் பாடிக்கொண்டிருந்தபோதே புத்தாண்டு பிறந்துவிட்டது. அமைப்பாளர்கள் வாணவெடிகளைக் கொளுத்திவிட்டார்கள். வெடியோசைக்கு நடுவே அவர் பாட வேண்டியதாகிவிட்டது. எஸ்பிபி கடுஞ்சினம் கொண்டார். மேடையேறி 'இது கலைஞனுக்கு நேர்ந்த அவமதிப்பு' என்றார். அமைப்பாளர்கள் மேடையிலேயே பாடகரிடம் மன்னிப்பு கேட்டார்கள். இசைக் கருவிகள் இசைப்பவர்களிடமும் வருத்தம் தெரிவிக்கச் சொன்னார் எஸ்பிபி.

பிறகு அவரே சூழலின் இறுக்கத்தைத் தணிக்கும் வகையில் ஒவ்வொரு இசைக் கலைஞரையும் அறிமுகப்படுத்தி, பிரபலமான பாடல்களில் அவர்களது பங்களிப்பு என்னவென்பதை விளக்கினார். அவர்களது பிரபலமான இசைத் துணுக்குகளை வாசிக்கச் செய்தார். பிரமிப்பாக இருந்தது.

எஸ்பிபி ஒரு மகத்தான மனிதர். குணக்குன்றோன்.

தங்கபஸ்பம்

அடிக்கடி - சரி எப்போதாவது - இசைவாணர்களிடமிருந்து 'நகுமோ லேய் பயலே'வைப் பாராட்டி, கடிதங்கள் / உள்டப்பிச் செய்திகள் வரும். வியப்பாக இருக்கும். சின்னாட்கள் கழிந்தே பிடி கிட்டியது. முதன்மையான வித்வான் ஒருவர் கர்நாடக சங்கீதத்தைக் கேலி செய்யும் நூல் எனக் கருதி கோபத்தோடு நூலை வாங்கி வாசித்து, 'துன்பம் நேர்கையில் கிஸ் அடித்து இன்பம்' சேர்க்கும் நூலென்பதறிந்து சக கலைஞர்களோடு பகிர்ந்துகொண்டார். பாவிகளே.. கிஸ் என்றுதானே வாசித்தீர்கள். கீபோர்ட்.

அவரது பரிந்துரையால் விதூஷிகள் விரும்பி வாசித்தார்கள். அவ்வப்போது எழும் கொட்டாவி கொரோனாவிற்குகந்த நுரையீரல் பயிற்சி என்று பல் மருத்துவருமான பாடகர் ட்வீட்டினார். தெரியாமல்தான் கேட்கிறேன் பல் மருத்துவத்திற்கென்று சிலபஸ்ஸே கிடையாதா? எங்கே பார்த்தாலும் டென்ட்டிஸ்டுகள்.

ஹிப்ஹாப் ஆதி எனும் அல்டிமேட் இசைக்கலைஞரைப் பாமாலை பாடி பூமாலை சூட்டிய ஸ்டாண்ட் அப் காமெடியன்

ஜெகன் கிருஷ்ணன் நூலைப் பாராட்டியதும் விற்பனை பற்றிக்கொண்டது எனச் சொல்லத்தான் விரும்புகிறேன். ஆனால், ஆதியண்ணாவின் பால்வாடித் தம்பிகள் என்னையும் சேர்த்துத் திட்டியது ஒன்றே மிச்சம். அதுலயும் ஒருத்தன் 'ஒண்ணும் ஒண்ணும் ரெண்டுடா... ஜெகன் ஃப்ரெண்டு மண்டுடா... ரெண்டும் ரெண்டும் நாலுடா... நாயப் போட்டு...^&★$#★$' சொல்லே இசையாக வலிப்பதுதானே ராப்!

உச்சகட்டமாக இரவு முழுக்கச் சிரித்துக்கொண்டிருந்த கனடியத் தோழி ஒருவர் கடுப்பான தாயாரம்மையால் கொட்டும் பனியில் வெளித்தள்ளப்பட்டார். மெத்ரோ ரயிலில் (திஸ் இச் ஃப்ரெஞ்சுடா அம்பி!) தன்னைப் பார்த்துதான் சிரிக்கிறான் என ஒரு ஆர்மீனியருக்கும் நம்பட பெடியளுக்கும் சிறிய அடிபிடி. அன்றாடம் ஆறேழு தடவை கடவுளால் கைவிடப்பட்டபடியே இருக்கும் ஒரு கவிஞர் கவிதைப் பிதுக்குதலைக் குறைத்துக்கொண்டார். 'பொழுதே போகலை, தற்கொலை செய்வோமே' என முடிவெடுத்த ஒரு நடிகர், நூலை வாசித்தபின் 'இவனே இருக்கானே' என மனம் மாறியதாக விஜி சொன்னார். நூலை நானே புகழ லஜ்ஜையாக இருக்கிறது. பாருங்கள். மீண்டும் லக்கேஜ் என வாசித்துவிட்டார்கள். உங்களுக்குப் போயி மும்மொழி? வெளங்கிரும்.

ஜெயமோகன், நாஞ்சில்நாடன், அசோகமித்திரன், சுந்தரராமசாமி, ஜானகிராமன், புதுமைப்பித்தன், ஜெயகாந்தன் என்றெல்லாம் வாசித்துத் தளர்ந்த மனங்களே.. இதோ உங்களுக்காக ஒரு தங்கபஸ்பம்.

செல்வேந்திரன்

செல்வேந்திரன் (ஆகஸ்ட் 22, 1982) தமிழில் எழுதிவரும் எழுத்தாளர், கட்டுரையாளர் மற்றும் சொற்பொழிவாளர். இதழியலாளராகப் பணிபுரிந்தவர். அர்த்தமண்டபம் எனும் நிறுவனத்தை நடத்தி வருகிறார்.

வாழ்க்கைக் குறிப்பு

செல்வேந்திரன் ஆகஸ்ட் 22, 1982 அன்று தூத்துக்குடி மாவட்டத்திலுள்ள சாத்தான்குளத்தில் பிறந்தார். கதிரேசன் மற்றும் மெர்ஸி பாப்பா தம்பதியினருக்கு கடைசி மகன். உடன் பிறந்தவர்கள் இரண்டு அண்ணன்கள் மற்றும் இரண்டு அக்காக்கள். சாத்தான்குளம் தூய இருதய ஆண்கள் பள்ளியில் பத்தாம் வகுப்பு வரை பயின்றார். பின்னர் குடும்பச் சூழல் காரணமாக பள்ளிப்படிப்பு பாதியில் தடைபட்டது. அப்பாவின் தீப்பெட்டி ஆபீசில் வேலை பார்த்தார். அண்ணாமலை பல்கலைக்கழகத்தின் தொடர்கல்வி திட்டத்தில் இளங்கலை அரசியல் அறிவியலில் தேர்ச்சி பெற்றார். மனைவி திருக்குறளரசி. பிள்ளைகள் இளவெயினி மற்றும் இளம்பிறை. அரசியல் கட்சிகளுக்கு அரசியல் வியூக ஆலோசகராக செயல்பட்டு வருகிறார்.

இலக்கிய வாழ்க்கை

2004-2008 வரை ஆனந்த விகடனின் சர்குலேஷன் பிரிவிலும், 2009-2020 வரை தி ஹிண்டு (ஆங்கில நாளிதழ்) விற்பனை மற்றும் விநியோகப்

பிரிவிலும் பணியாற்றினார். இந்தக் கால கட்டங்களில் அரசியல், சமூகம், இலக்கியம் சார்ந்த கட்டுரைகளை எழுதியிருக்கிறார். இளமைக் காலத்தில் 'செம்புலம்' எனும் கையெழுத்துப் பிரதியை நடத்தினார். ஆனந்த விகடன், தி ஹிந்து தமிழ் போன்ற இதழ்களில் கட்டுரைகள் எழுதினார். விஷ்ணுபுரம் இலக்கிய வட்டம் ஒருங்கிணைப்பாளர்களில் ஒருவர். திரைப்படம் மற்றும் தொலைக்காட்சி நிகழ்ச்சிகளுக்கு திரைக்கதை, வசனங்கள் எழுதுகிறார். அர்த்தமண்டபம் என்ற நிறுவனத்தின் மூலம் இலக்கியம், வணிகம், சினிமா மற்றும் பிற துறைகளில் சாதித்தவர்களுக்கு தன்வரலாற்று நூல்கள் வெளிவர உதவுகிறார். வாசிப்பு, இலக்கியம் மற்றும் விற்பனை குறித்த பல உரைகளை ஆற்றிவருகிறார். கோவையில் மொழிபெயர்ப்பாளர் நரேனுடன் இணைந்து 'சொல்முகம்' என்ற வாசகர் வட்டத்தை உருவாக்கி மாதக் கூடுகைகள் நடத்தி வருகிறார்.

ஆவணப்படம்

அஜிதனுடன் இணைந்து எழுத்தாளர் ஜெயமோகனுக்கான 'நீர், நிலம், நெருப்பு' ஆவணப்படத்தைக் கொணர்ந்தார்.

வண்ணதாசனுக்காக 'நதியின் பாடல்' எனும் ஆவணப்படத்தை இயக்கினார்.

இலக்கிய இடம்

மெல்லிய கேலியும் பகடியும்கொண்ட நடையில் பயணக்கட்டுரைகள், தன்முன்னேற்றக் கட்டுரைகள் மற்றும் சமூகஆய்வுக்கட்டுரைகளை எழுதிவருபவர். இவர் எழுதிய வாசிப்பது எப்படி என்னும் நூல் வாசிப்புப் பழக்கத்தை மேம்படுத்துவதற்கான வழிமுறைகளை ஒரு தமிழ் இலக்கிய வாசகராக அதிலிருந்து பெற்ற அனுபவத்தின் வாயிலாகக் கண்டடைந்தவற்றைப் பகிர்ந்துகொள்வது. பாலை நிலப் பயணம் எழுத்தாளர் ஜெயமோகன் மற்றும் பன்னிரண்டு நண்பர்களுடன் ராஜஸ்தான் ஜெய்பூரிலிருந்து குஜராத் கட்ச் வரையான பயணத்தைப் பற்றிய ஒரு பயணியின் குறிப்புகள் அடங்கிய நூல். பாலைப் பயணமும், அதன் பண்பாடு, கலாச்சாரம் மற்றும் வரலாற்றுக் குறிப்புகளும் உள்ளடங்கியது.

படைப்புகள்

முடியலத்துவம் - கவிதைத் தொகுப்பு
வாசிப்பது எப்படி - ஜூலை 2020
பாலை நிலப் பயணம் - ஜூலை 2020
நகுமோ லே பயலே - ஆகஸ்ட் 2020
உறைப்புளி - ஏப்ரல் 2020
பெரும்வெற்றுக் காலம் - ஆகஸ்டு 2022

மொழிபெயர்க்கப்பட்டது:

How to Read - 'வாசிப்பது எப்படி' நூலின் ஆங்கில மொழியாக்கம்
நன்றி: தமிழ் விக்கி

உரை நிகழ்ச்சிகளுக்கு அழைக்க:

செல்வேந்திரன்– கல்வி நிறுவனங்கள், இலக்கிய அமைப்புகள், தமிழ்ச் சங்கங்கள், தொழில் நிறுவனங்கள், பிற அமைப்புகள் ஏற்பாடு செய்யும் நிகழ்வுகளில் பல்வேறு தலைப்புகளில் சிறப்புரைகள் நிகழ்த்தி வருகிறார். தாங்கள் ஒருங்கிணைக்கும் நிகழ்ச்சிகளில் எழுத்தாளர் செல்வேந்திரனை அழைக்க விரும்புவோர் தொடர்புகொள்ளலாம். 9787050464 / 9003931234